U0165775

พูดภาษาจีน 300 ประโยค

300句說華語

泰語版

หยาง ซิ้ว หุ้ย 楊琇惠——著 ผู้แต่ง

รพีพร เพ็ญเจริญกิจ 夏淑賢——譯 ผู้แปล

五南圖書出版公司 印行

序

　　在耕耘華語教材十二年之後的今天，終於有機會跨出英文版本，開始出版越語、泰語及印尼語三種新版本，以服務不同語系的學習者。此刻的心情，真是雀躍而歡欣，感覺努力終於有了些成果。

　　這次之所以能同時出版三個東南亞語系的版本，除了要感謝夏淑賢主任（泰語）、李良珊老師（印尼語）及陳瑞祥雲老師（越南語）的翻譯外，最主要的，還是要感謝五南圖書出版社！五南帶著社企的精神，一心想要回饋社會，想要為臺灣做點事，所以才能促成此次的出版。五南的楊榮川董事長因為心疼許多嫁到臺灣的新住民朋友，因為對臺灣語言、文化的不熟悉，導致適應困難，甚至自我封閉。有鑑於此，便思考當如何才能幫助來到寶島和我們一起生活，一起養兒育女的新住民，讓他們能早日融入這個地方，安心地在這裏生活，自在地與臺灣人溝通，甚至教導下一代關於中華文化的種種，思索再三，還是覺得必需從語言文化下手，是以不計成本地開闢了這個書系。

　　回想半年前，當五南的黃惠娟副總編跟筆者傳達這個消息時，內心實在是既興奮又激動，開心之餘，感覺有股暖流在心裏盪漾。是以當下，筆者便和副總編一同挑選了五本適合新住民的華語書籍，當中除了有基礎會話，中級會話的教學外，還有些著名的中國寓言，及實用有趣的成語專書，可以說從最基礎到高級都含括了。希望新住民朋友能夠透過這個書系，來增進華語聽、說、讀、寫的能力，讓自己能順利地與中華文化接軌。

　　這是個充滿愛與關懷的書系，希望新住民朋友能感受到五南的用心，以及臺灣人的熱情。在研習這套書後，衷心期盼新住民朋友能和我們一起愛上這個寶島，一同在這個島上築夢，並創造屬於自己的未來。

楊琇惠

民國一〇五年十一月十九日

於林口臺北新境

คำนำ

หลังจาก ๑๒ ปีของการแต่งตำราภาษาจีนในวันนี้ ในที่สุดฉันก็มีโอกาสที่จัดทำฉบับภาษาอังกฤษ และเริ่มออกหนังสือฉบับภาษาเวียดนาม ภาษาไทย และภาษาอินโดนีเซีย เป็นฉบับจัดทำใหม่ เพื่อให้บริการกับผู้เรียนที่มีความแตกต่างกันของภาษา ในช่วงเวลานี้ผู้เขียนรู้สึกมีความสุขมากเพราะรับรู้ได้ว่าความพยายามของผู้เขียนนั่นกำลังใกล้ที่จะเห็นผลแล้ว

ครั้งนี้ที่สามารถออกหนังสือเรียนภาษาจีนได้ทั้งสามภาษาในเอเชียตะวันออกเฉียงใต้ นอกจากจักต้องขอขอบคุณ คุณรพีพร เพ็ญเจริญกิจ (ฉบับภาษาไทย) อาจารย์ หลี่ เหลียงซาน (ฉบับภาษาอินโดนีเซีย) และอาจารย์ เฉิน หรุ่ยเสียงยวิ๋น (ฉบับภาษาเวียดนาม) แล้ว ที่สำคัญและขาดไม่ได้ที่จักต้องขอบคุณคือสำนักพิมพ์อู่หนัน สำนักพิมพ์อู่หนันรู้สึกสำนึกรักบ้านเกิดของตน ดังนั้นเพื่อต้องการคืนกำไรสู่สังคม ต้องการตอบแทนให้กับไต้หวัน จึงทำการตีพิมพ์หนังสือเหล่านี้เพื่อเผยแพร่ไปยังประเทศต่างๆ นายหยาง หรง ชวน ประธานสำนักพิมพ์อู่หนัน ได้เกิดความเห็นใจสำหรับคู่แต่งงานใหม่ที่ย้ายถิ่นฐานมาอยู่ที่ไต้หวันแห่งนี้ เนื่องจากไม่คุ้นเคยในภาษาและวัฒนธรรมการไม่คุ้นเคยนำไปสู่ความยากลำบากในการปรับตัวและเปิดโลกให้กับตัวเองซึ่งในแนวความคิดนี้ทำให้ทางสำนักพิมพ์คิดหาวิธีที่จะช่วยผู้อยู่อาศัยใหม่สามารถปรับตัวให้เข้ากับบ้านหลังใหม่นี้ให้เร็วที่สุด การเลี้ยงดูอบรมบุตรธิดาให้สามารถปรับตัวเข้ากับสังคมแห่งใหม่ รู้สึกได้ถึงความปลอดภัยในการดำรงชีพ สามารถติดต่อสื่อสารกับผู้คนในไต้หวันได้อย่างเป็นกันเอง รวมถึงการได้เริ่มต้นเรียนรู้วัฒนธรรมใหม่ๆ ซึ่งทางสำนักพิมพ์เห็นว่าควรเริ่มต้นจากการเรียนรู้ทางภาษาสอดแทรกวัฒนธรรม โดยไม่ถือว่าเป็นต้นทุนในการจัดทำหนังสือเล่มนี้

เมื่อมองย้อนกลับไปเมื่อครึ่งปีที่แล้ว เมื่อคุณฮวาง หุ้ยเจวียน รองบรรณาธิการสำนักพิมพ์อู่หนัน ได้บอกเล่าเรื่องราวดีๆ เหล่านี้ให้กับผู้แต่ง ผู้แต่งมีความตื่นเต้นมาก และมีความสุขเป็นอย่างมาก ผู้แต่งและรองบรรณาธิการได้ทำการเลือกหนังสือภาษาจีนทั้งหมดห้าเล่มที่เหมาะสมกับผู้อาศัยใหม่ในไต้หวัน นอกเหนือไปจากหนังสือเพื่อการสอนภาษาจีนขั้นพื้นฐาน หนังสือเพื่อการสอนภาษาจีนระดับกลางแล้วนั้น และยังมีหนังสือสำนวนสุภาษิตจากนักปราชญ์ที่มีชื่อเสียงในสมัยโบราณ และยังสามารถนำไปใช้ได้จริง หนังสือเล่มนี้มีเนื้อหาตั้งแต่ขั้นพื้นฐานไปจนถึงขั้นสูง หวังว่าผู้ที่มาอาศัยอยู่ใหม่ในไต้หวันจะเลือกหนังสือชุดนี้เพื่อส่งเสริมทักษะการฟัง การพูด การอ่าน และการเขียนภาษาจีน เพื่อการดำรงชีพในสังคมไต้หวัน

นี่คือหนังสือที่เต็มไปด้วยความรัก และความห่วงใย หวังว่าผู้อ่านหนังสือเล่มนี้จะรับรู้ได้ถึงความตั้งใจของทางสำนักพิมพ์และผู้แต่งที่มีต่อหนังสือเล่มนี้ และหวังเป็นอย่างยิ่งว่าหนังสือเล่มนี้จะสามารถทำให้ผู้อาศัยใหม่ในไต้หวันตกหลุมรักในเกาะเล็กๆแห่งนี้ไปพร้อมกับพวกเราทุกคน และร่วมกันสร้างอนาคตให้กับตัวเองด้วย

หยาง ซิ้ว หุ้ย

19 กรกฎาคม 2559

ซินจิ้ง หลินโค่ว ไทเป

CONTENTS 目錄

序

Unit 1 您好嗎？

Nín hǎo ma?

คุณสบายดีไหม

問候

Wènhòu

คำทักทาย

早安！您（你）好 嗎？

Zǎoān! Nín (nǐ) hǎo ma?

อรุณสวัสดิ์ คุณสบายดีไหม

อรุณสวัสดิ์	สวัสดีตอนบ่าย	ราตรีสวัสดิ์
早 啊 zǎo a	午安 wǔān	晚 安 wǎnān

您nín: คุณ,ท่าน (ใช้กับผู้อาวุโส)

我 很 好，謝謝 您。您 呢？

Wǒ hěn hǎo, Xièxie nín. Nín ne?

ฉันสบายดี ขอบคุณ แล้วคุณหล่ะ

ดีใจ	ตื่นเต้นดีใจ	มีความสุข
高 興 gāoxìng	興 奮 xīngfèn	愉 快 yúkuài

你 最近 好 嗎？
Nǐ zuìjìn hǎo ma?
ช่วงนี้คุณสบายดีไหม

我 最 近 不 太 好。
Wǒ zuìjìn bú tài hǎo.
ช่วงนี้ฉันไม่อยดีเลย

สบาย	ดีใจ สบายใจ	มีความสุขความสุข
舒 服 shūfú	開 心 kāixīn	快 樂 kuàilè

我 最 近 很 生 氣。
Wǒ zuìjìn hěn shēngqì.
ช่วงนี้ฉันขี้โมโหมาก

เศร้าซึม	เสียใจ	เศร้าเสียใจ
沮 喪 jǔsàng	難 過 nánguò	傷 心 shāngxīn

你 的 假期 好 嗎？
Nǐ de jiàqí hǎo ma?
วันหยุดของคุณที่ผ่านมาเป็นอย่างไรบ้าง

คนในครอบครัว	ทำงาน, งาน	สามี, คุณผู้ชาย	ภรรยา
家 人 jiārén	工 作 gōngzuò	先 生 xiānshēng	妻子 qīzi

非 常 好。
Fēicháng hǎo.
มันยอดมาก

姓 名
● Xìngmíng
ชื่อ-สกุล

請 問 你 貴 姓?
Qǐngwèn nǐ guìxìng?
ขอโทษ ไม่ทราบว่าคุณแซ่อะไร

คุณ, ท่าน	เขา (ผู้ชาย)	เขา (ผู้หญิง)
您 nín	他 tā	她 tā

我 姓 王。
Wǒ xìng Wáng.
ฉันแซ่หวัง

เฉิน	หลิน	หลี่	หยาง
陳 Chén	林 Lín	李 Lǐ	楊 Yáng

請 問 你 叫 什 麼 名 字?
Qǐngwèn nǐ jiào shénme míngzi?
ขอโทษ ไม่ทราบว่าคุณชื่ออะไร

เขา (ผู้ชาย)	เขา (ผู้หญิง)	นักเรียนคนนี้	คุณผู้ชายท่านนั้น
他 tā	她 tā	這 位 學 生 zhè wèi xuéshēng	那 位 先 生 nà wèi xiānshēng

請 問 你的 名字 是 什麼？

Qǐngwèn nǐ de míngzi shì shénme?

ขอโทษ ขอถามหน่อย ไม่ทราบว่าคุณชื่ออะไร

ของเขา	ของเขา	ของนักเรียนคนนี้	ของคุณผู้ชายท่านนั้น
他的 tā de	她的 tā de	這 位 學 生 的 zhè wèi xuéshēng de	那位 先 生 的 nà wèi xiānshēng de

我 的 名 字 是 馬克。

Wǒ de míngzi shì Mǎkè.

ผมชื่อมาร์ค

ของเขา	ของเขา	ของนักเรียนคนนี้	ของคุณผู้ชายท่านนั้น
他的 tā de	她的 tā de	這 位 學 生 的 zhè wèi xuéshēng de	那位 先 生 的 nà wèi xiānshēng de

很 榮 幸 見 到 您，我 是 雅 婷。

Hěn róngxìng jiàn dào nín, wǒ shì Yǎtíng.

เป็นเกียรติอย่างมากที่ได้พบท่าน ฉันชื่อหย่า ถิง

道別
Dàobié
ลาจาก

我 真 的 該 走 了。

Wǒ zhēnde gāi zǒu le.

ฉันต้องไปแล้ว

很 高 興 認 識 你。

Hěn gāoxìng rènshì nǐ.

ยินดีที่ได้รู้จักคุณ

 我 也 很 高 興 認 識 你。
Wǒ yě hěn gāoxìng rènshì nǐ.
ฉันก็ยินดีที่ได้รู้จักคุณเช่นกัน

 再 見！
Zàijiàn!
แล้วพบกันใหม่

บ๋ายบาย	แล้วค่อยคุยกันใหม่	เจอกันวันจันทร์	เจอกันตอนบ่าย
掰 掰 bāibāi	以 後 再 聊 yǐhòu zài liáo	星 期 一 見 xīngqíyī jiàn	下 午 見 xiàwǔ jiàn

● 常 用 禮貌 用語 表
chángyòng lǐmào yòngyǔ biǎo
คำศัพท์เกี่ยวกับมารยาทที่ใช้บ่อย

เชิญ	ขอถามหน่อย	ขอบคุณ	ขอโทษ
請 qǐng	請 問 qǐngwèn	謝 謝 xièxie	對不起 duìbùqǐ

人 稱 表
● rénchēng biǎo
ตารางการเรียกบุคคล

ฉัน	เธอ	คุณ,ท่าน	เขา(ผู้ชาย)	เขา(ผู้หญิง)
我 wǒ	你 nǐ	您 nín	他 tā	她 tā

ของฉัน	ของเธอ	ของคุณ	ของเขา	ของเขา
我 的 wǒ de	你 的 nǐ de	您 的 nín de	他 的 tā de	她 的 tā de

พวกเรา	พวกเธอ	พวกเขา
我 們 wǒmen	你 們 nǐmen	他 們 tāmen

ของพวกเรา	ของพวกเธอ	ของพวกเขา
我 們 的 wǒmen de	你 們 的 nǐmen de	他 們 的 tāmen de

Unit 2 多少錢?

Duōshǎo qián?

ราคาเท่าไร

價錢
Jiàqián
ราคา

請問這個多少錢?
Qǐngwèn zhège duōshǎo qián?
ขอถามหน่อย อันนี้ราคาเท่าไร

อันนั้น	เสื้อแจ็คเก็ต	รองเท้า	กางเกง
那個 nàge	夾克 jiákè	鞋子 xiézi	褲子 kùzi

ชุดกระโปรง	เสื้อเชิ้ต	เสื้อยืด	กระโปรง
洋裝 yángzhuāng	襯衫 chènshān	T恤 tīxù	裙子 qúnzi

請 問 這個 <u>蘋 果</u> 怎麼 賣 ？/這個 <u>蘋 果</u>
Qǐngwèn zhège píngguǒ zěnme mài? /Zhège píngguǒ
多 少 錢 ？
duōshǎo qián?

ขอถามหน่อย แอปเปิ้ลนี้ขายอย่างไร/แอปเปิ้ลลูกละเท่าไร

ฝรั่ง	องุ่น	สตรอเบอรี่	กล้วยหอม
芭樂 bālè	葡萄 pútáo	草莓 cǎoméi	香蕉 xiāngjiāo

เชอรี่	มะนาว	กีวี่	แตงโม
櫻桃 yīngtáo	檸檬 níngméng	奇異果 qíyìguǒ	西瓜 xīguā

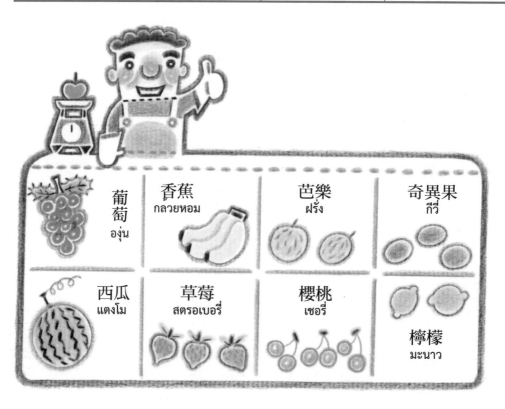

請問一杯紅茶多少錢？
Qǐngwèn yì bēi hóngchá duōshǎo qián?
ไม่ทราบว่า ชาดำเย็นแก้วละเท่าไร

กาแฟ	ชาเขียว	น้ำอัดลม	โค้ก
咖啡 kāfēi	綠茶 lǜchá	汽水 qìshuǐ	可樂 kělè

請問一個三明治多少錢？
Qǐngwèn yí ge sānmíngzhì duōshǎo qián?
ไม่ทราบว่าแซนวิชชิ้นละเท่าไร

แฮมเบอร์เกอร์	ฮอทดอก	ขนมปัง	ซาลาเปา
漢堡 hànbǎo	熱狗 règǒu	麵包 miànbāo	包子 bāozi

數字
Shùzì
ตัวเลข

這個五十元。
Zhège wǔshí yuán.
ชิ้นนี้ ๕๐ เหรียญ

หนึ่ง	สอง	สาม	สี่
一 yī	二 èr	三 sān	四 sì

ห้า	หก	เจ็ด	แปด
五 wǔ	六 liù	七 qī	八 bā

เก้า	สิบ	สิบเอ็ด	สิบสอง
九 jiǔ	十 shí	十一 shíyī	十二 shíèr

สิบสาม	สิบสี่	ยี่สิบ	สามสิบ
十三 shísān	十四 shísì	二十 èrshí	三十 sānshí

หนึ่งร้อย	สองร้อย	สามร้อย	หนึ่งพัน
一百 yìbǎi	兩百 liǎngbǎi	三百 sānbǎi	一千 yìqiān

สองพัน	สามพัน	หนึ่งหมื่น	สองหมื่น
兩千 liǎngqiān	三千 sānqiān	一萬 yíwàn	兩萬 liǎngwàn

找 你 三 十 元。
Zhǎo nǐ sānshí yuán.
ถอนคุณ ๓๐ เหรียญ

殺價
Shājià
การต่อราคา

喔，太 貴 了。
O, tài guì le.
โอ๊ย แพงเกินไป

ถูก	คุ้มค่า	ดี	ยอดเยี่ยม
便宜 piányí	划算 huásuàn	好 hǎo	棒 bàng

請 問 這個 有<u>特價</u>嗎？

Qǐngwèn zhège yǒu tèjià ma?

ขอโทษ อันนี้มีลดราคาไหมคะ

ส่วนลด	ลดราคา	ราคาพิเศษ
折 扣 zhékòu	打 折 dǎzhé	特別 優 惠 tèbié yōuhuì

可 以 算 我 <u>五 折</u> 嗎？

Kěyǐ suàn wǒ wǔ zhé ma?

ช่วยลดให้ฉัน ๕๐ เปอร์เซ็นต์ได้ไหมคะ

ลด 10%	ลด 20%	ลดครึ่งราคา
九 折 jiǔ zhé	八 折 bā zhé	半價 bànjià

詢 問 店 員
- Xúnwèn diànyuán
  สอบถามพนักงาน

這 個 有 <u>小 一 點</u> 的 嗎？

Zhège yǒu xiǎo yìdiǎn de ma?

อันนี้มีเล็กหน่อยไหม

ไซส์ M	ใหญ่หน่อย	ไซส์ใหญ่พิเศษ
中 號 zhōng hào	大 一 點 dà yìdiǎn	特大 號 tèdà hào

請 問 有<u>吸管</u>嗎？

Qǐngwèn yǒu xīguǎn ma?

ไม่ทราบว่ามีหลอดไหม

ถุงพลาสติก	ถุง	ตะเกียบ	ช้อน
塑膠袋 sùjiāodài	袋子 dàizi	筷子 kuàizi	湯匙 tāngchí

付錢
● Fùqián
ชำระเงิน

要付現金還是刷卡?
Yào fù xiànjīn háishì shuā kǎ?
ต้องการชำระเป็นเงินสดหรือบัตรเครดิต

能開收據給我嗎?
Néng kāi shōujù gěi wǒ ma?
ช่วยออกใบเสร็จรับเงินให้ฉันด้วยได้ไหม

這是您的收據。
Zhè shì nín de shōujù.
นี่เป็นใบเสร็จรับเงินของคุณ

บิล	ใบเสร็จรับเงิน	บัตรเครดิต
帳單 zhàngdān	發票 fāpiào	信用卡 xìnyòngkǎ

Unit 3

自我 介紹

Zìwǒ jièshào

แนะนำตนเอง

名字

Míngzi

ชื่อ-สกุล

請 問 您叫 什 麼 名 字？

Qǐngwèn nín jiào shénme míngzi?

ขอถามหน่อย ไม่ทราบว่าคุณชื่ออะไร

您 好！我 是 馬克。

Nín hǎo! wǒ shì Mǎkè.

สวัสดีครับ ผมชื่อมาร์ค

請 問 您 貴 姓？

Qǐngwèn nín guìxìng?

ขอถามหน่อย คุณแซ่อะไร

我 姓 王。
Wǒ xìng Wáng.
ฉันแซ่หวัง

年齡
Niánlíng
อายุ

您 今 年 幾歲？
Nín jīnnián jǐ suì?
ปีนี้คุณอายุเท่าไร

我 今 年 十八歲。
Wǒ jīnnián shíbā suì.
ปีนี้ฉันอายุ 18 ปี

ห้า	ยี่สิบ	สามสิบสี่	ห้าสิบ
五 wǔ	二十 èrshí	三十四 sānshísì	五十 wǔshí

職業
Zhíyè
งาน

請 問 您 的 工 作 是 什麼？
Qǐngwèn nín de gōngzuò shì shénme?
ขอถามหน่อย ไม่ทราบว่าคุณทำงานอะไร

我 現 在 是 學 生。
Wǒ xiànzài shì xuéshēng.
ตอนนี้ฉันเป็นนักเรียน

ครู, อาจารย์	ทหาร	คนทำงาน	นักออกแบบ
老師 lǎoshī	職業軍人 zhíyèjūnrén	上班族 shàngbānzú	設計師 shèjìshī

นางพยาบาล	จิตรกร	นักดนตรี	ผู้ช่วย
護士 hùshì	畫家 huàjiā	音樂家 yīnyuèjiā	助理 zhùlǐ

แคชเชียร์	เลขานุการ	พนักงานร้านค้า	แม่บ้าน
收銀員 shōuyínyuán	祕書 mìshū	店員 diànyuán	家庭 主婦 jiātíng zhǔfù

นักข่าว	หมอฟัน	นางแบบ	พนักงานขายของ
記者 jìzhě	牙醫 yáyī	模特兒 mótèēr	推銷員 tuīxiāoyuán

นักแสดงชาย	นักแสดงหญิง	ผู้ประกาศข่าว	ผู้ประกาศ
男演員 nányǎnyuán	女演員 nǚyǎnyuán	新聞 主播 xīnwén zhǔbò	廣播員 guǎngbòyuán

ช่างทำผม	พนักงานขับรถ โดยสาร	นักสืบ	วิศวกร
理髮師 lǐfǎshī	公車 司機 gōngchē sījī	偵探 zhēntàn	工程師 gōngchéngshī

พนักงานดับเพลิง	พนักงานรักษา ความปลอดภัย	ไกด์	ผู้พิพากษา
消防員 xiāofángyuán	警衛 jǐngwèi	導遊 dǎoyóu	法官 fǎguān

ทนายความ	ล่ามพูด	ผู้ผลิตรายการ	ตำรวจ
律師 lǜshī	口譯員 kǒuyìyuán	製作人 zhìzuòrén	員警 yuánjǐng

國籍
Guójí
สัญชาติ

請 問 您 是 哪 國 人？
Qǐngwèn nín shì nǎ guó rén?
ขอถามหน่อย คุณเป็นคนประเทศอะไร

請 問 您 從 哪 裡 來？
Qǐngwèn nín cóng nǎlǐ lái?
ขอถามหน่อย คุณมาจากที่ไหน

我 是 臺 灣 人。
Wǒ shì Táiwānrén.
ฉันเป็นคนไต้หวัน

คนอเมริกัน	คนเกาหลี
美 國 人 Měiguórén	韓 國 人 Hánguórén
คนสิงคโปร์	คนฝรั่งเศส
新 加 坡 人 Xīnjiāpōrén	法 國 人 Fǎguórén

คนอังกฤษ
英 國 人 Yīngguórén
คนอินเดีย
印 度 人 Yìndùrén

คนเยอรมัน
德 國 人 Déguórén
คนแคนาดา
加 拿 大 人 Jiānádàrén

คนอิตาลี	คนแม็กซิโก
義大利人 Yìdàlìrén	墨西哥人 Mòxīgērén
คนบราซิล	คนฟิลิปปินส์
巴西人 Bāxīrén	菲律賓人 Fēilǜbīnrén

คนไทย
泰國人 Tàiguórén
คนสเปน
西班牙人 Xībānyárén

คนญี่ปุ่น
日本人 Rìběnrén

請問您住在哪裡？
Qǐngwèn nín zhù zài nǎlǐ?
ขอถามหน่อย คุณอาศัยอยู่ที่ไหน

我住在<u>臺北</u>。
Wǒ zhù zài <u>Táiběi</u>.
ฉันอาศัยอยู่ที่ไทเป

เกาสง	นิวยอร์ก	โตเกียว	ลอนดอน
高雄 Gāoxióng	紐約 Niǔyuē	東京 Dōngjīng	倫敦 Lúndūn

個性
Gèxìng
นิสัย

您 的 個性 如何？
Nín de gèxìng rúhé?
คุณเป็นคนอย่างไร

我 是 一 個 外 向 的 人。
Wǒ shì yí ge wàixiàng de rén.
ฉันเป็นคนที่ร่าเริง

คึกคัก ร่าเริง	มีมนุษยสัมพันธ์ดี	เงียบขรึม	กระตือรือร้น
活潑的 huópō de	好相處的 hǎo xiāngchǔ de	安靜的 ānjìng de	積極的 jījí de

請 問 您 主 修 什 麼？
Qǐngwèn nín zhǔxiū shénme?
ขอถามหน่อย คุณเรียนสาขาอะไร

我 主 修 機械 工 程。
Wǒ zhǔxiū jīxiè gōngchéng.
ฉันเรียนสาขาวิชาวิศวกรรมเครื่องกล

เคมี	ธุรกิจ	การค้าระหว่างประเทศ	เภสัช
化學 huàxué	商業 shāngyè	國際貿易 guójì màoyì	醫藥 yīyào

家人
Jiārén
คนในครอบครัว

你 家 有 幾 個 人？
Nǐ jiā yǒu jǐ ge rén?
ครอบครัวเธอมีกี่คน

我 家 有 四 個 人。
Wǒ jiā yǒu sì ge rén.
ครอบครัวฉันมีสี่คน

สองคน	สามคน	ห้าคน
兩　個 liǎng ge	三 個 sān ge	五 個 wǔ ge

我 的 爺 爺 已 經 退 休 了。
Wǒ de yéye yǐjīng tuìxiū le.
คุณปู่ของฉันเกษียณแล้ว

คุณตา	คุณย่า/คุณยาย
外 公 wàigōng	奶 奶 / 外 婆 nǎinai / wàipó

他喜歡 <u>泡茶</u>。
Tā xǐhuān <u>pàochá</u>.
เขา(ผู้ชาย)ชอบชงชา

ปีนเขา	ตกปลา	เดินเขา	ชมภาพยนตร์
爬 山 páshān	釣 魚 diàoyú	健 行 jiànxíng	看 電 影 kàn diànyǐng

我 的 <u>爸爸</u> 是醫 生。
Wǒ de <u>bàba</u> shì yīshēng.
พ่อฉันเป็นหมอ

คุณแม่	คุณป้า,อาหญิง / น้าสาว	คุณอา / คุณลุง
媽 媽 māma	姑姑 / 阿姨 gūgu / āyí	叔 叔 / 伯伯 shúshu / bóbo

我 的 媽媽 是 老師。
Wǒ de māma shì lǎoshī.
แม่ฉันเป็นครู

我 的哥哥已 經 畢業了。
Wǒ de gēge yǐjīng bìyè le.
พี่ชายฉันเรียนจบแล้ว

พี่สาว	น้องสาว	น้องชาย
姊姊 jiějie	妹 妹 mèimei	弟弟 dìdi

我 的 姊姊 單 身。
Wǒ de jiějie dānshēn.
น้องสาวของฉันโสด

แต่งงานแล้ว	หย่าแล้ว	โสด
結 婚 了 jiéhūn le	離 婚 了 líhūn le	未 婚 wèihūn

我 的弟弟是 小 學 生。
Wǒ de dìdi shì xiǎoxuéshēng.
น้องชายของฉันเป็นนักเรียนประถม

นักศึกษา	นักเรียนมัธยมต้น	นักเรียนมัธยมปลาย	นักศึกษาปริญญาโท
大 學 生 dàxuéshēng	國 中 生 guózhōngshēng	高 中 生 gāozhōngshēng	研 究 生 yánjiùshēng

Unit 4 現在幾點？
Xiànzài jǐ diǎn?
ตอนนี้กี่โมงแล้ว

問時間
● Wèn shíjiān
ถามเวลา

請問 現在幾點？
Qǐngwèn xiànzài jǐ diǎn?
ขอถามหน่อย ตอนนี้กี่โมงแล้ว

現在 十 點 了嗎？
Xiànzài shí diǎn le ma?
ตอนนี 10 โมงแล้วใช่ไหม

หนึ่งโมง	สองโมง	สามโมงห้านาที	สิบสองโมงสามสิบนาที / สิบสองโมงครึ่ง
一 點 yì diǎn	兩 點 liǎng diǎn	三 點 五 分 sān diǎn wǔ fēn	十二 點 三 十 分/ shí'èr diǎn sānshí fēn/ 十二 點 半 shí'èr diǎn bàn

現 在 是 上 午 九 點 嗎？
Xiànzài shì shàngwǔ jiǔ diǎn ma?
ตอนนี้เป็นเวลาเก้าโมงเช้าใช่ไหม

แปดโมงเช้า	บ่ายสามโมง	ทุ่มหนึ่ง	ตีสอง
早 上 zǎoshàng 八 點 bā diǎn	下 午 xiàwǔ 三 點 sān diǎn	晚 上 wǎnshàng 七 點 qī diǎn	凌 晨 língchén 兩 點 liǎng diǎn

請 問 你 幾 點 上 班？
Qǐngwèn nǐ jǐ diǎn shàngbān?
ขอถามหน่อยคุณเข้างานกี่โมง

เลิกงาน	กลับบ้าน
下 班 xiàbān	回家 huíjiā

เข้าเรียน	เลิกเรียน
上 課 shàngkè	下 課 xiàkè

ว่าง	ตื่นนอน
有 空 yǒukòng	起 床 qǐchuáng

เข้านอน	กินข้าว
睡 覺 shuìjiào	吃 飯 chīfàn

這 會議幾點 開始？
Zhè huìyì jǐ diǎn kāishǐ?
การประชุมนี้เริ่มกี่โมง

ภาพยนตร์	รายการ	การแสดง
電 影 diànyǐng	節目 jiémù	表 演 biǎoyǎn

約時間
● Yuē shíjiān
นัดหมายเวลา

今天四點你可以到我辦公室來嗎?
Jīntiān sì diǎn nǐ kěyǐ dào wǒ bàngōngshì lái ma?
วันนี้บ่ายสี่โมงคุณมาพบฉันที่สำนักงานได้ไหม

บ้าน	ห้อง	ห้องเรียน
家 jiā	房間 fángjiān	教室 jiàoshì

你八點四十分有空嗎?
Nǐ bā diǎn sìshí fēn yǒukòng ma?
ตอนแปดโมงสี่สิบคุณว่างไหม

สามโมงสิบห้า	หลังจากนี้สิบนาที	หลังจากนี้ครึ่งชั่วโมง
三點十五分 sān diǎn shíwǔ fēn	十分鐘後 shí fēnzhōng hòu	半小時後 bàn xiǎoshí hòu

我訂好五點要開會。
Wǒ dìnghǎo wǔ diǎn yào kāihuì.
ฉันมีประชุมตอนห้าโมงเย็น

我們一點鐘約在咖啡店見面。
Wǒmen yì diǎn zhōng yuē zài kāfēidiàn jiànmiàn.
พวกเรามีนัดกันตอนบ่ายโมงที่ร้านกาแฟ

สนามบิน	ห้องโถง / ล็อบบี้	ป้ายรถโดยสารประจำทาง
飛機場 fēijīchǎng	大廳 dàtīng	車站 chēzhàn

改 時間
● Gǎi shíjiān
เปลี่ยนแปลงเวลา

這 時 間 我 不 太 方 便。
Zhè shíjiān wǒ bú tài fāngbiàn.
เวลานี้ฉันไม่ค่อยสะดวก

可 以 改 時 間 嗎？
Kěyǐ gǎi shíjiān ma?
ขอเปลี่ยนเวลาได้ไหม

Unit 5 今天 星期幾？

Jīntiān xīngqí jǐ?

วันนี้วันอะไร

2010
一月
1
星期？庚寅年十一月
十七日

日期

Rìqí

วันที่

請　問 今天　星期幾？

Qǐngwèn jīntiān xīngqí jǐ?

ขอถามหน่อย วันนี้วันอะไร

เมื่อวาน	พรุ่งนี้	เมื่อวานซืน	มะรืนนี้
昨　天 zuótiān	明　天 míngtiān	前　天 qiántiān	後　天 hòutiān

今天　星期一。
Jīntiān xīngqíyī.
วันนี้วันจันทร์

วันอังคาร	วันพุธ	วันพฤหัสบดี
星 期二 xīngqíèr	星 期三 xīngqísān	星期四 xīngqísì

วันศุกร์	วันเสาร์	วันอาทิตย์
星 期五 xīngqíwǔ	星 期六 xīngqíliù	星 期日 xīngqírì

請　問　今　天　幾　月　幾　號？
Qǐngwèn jīntiān jǐ yuè jǐ hào?
ขอถามหน่อย วันนี้วันที่เท่าไร เดือนอะไร

今　天　是　六　月　1　號。
Jīntiān shì liù yuè yī hào.
วันนี้คือวันที่ ๑ เดือนมิถุนายน

เดือนมกราคม	เดือนกุม ภาพันธ์	เดือนมีนาคม	เดือนเมษายน	เดือนพฤษภาคม	เดือนมิถุนายน
一 月 yí yuè	二 月 èr yuè	三 月 sān yuè	四 月 sì yuè	五 月 wǔ yuè	七 月 qī yuè

เดือนสิงหาคม	เดือนกันยายน	เดือนตุลาคม	เดือนพฤจิกายน	เดือนธันวาคม
八 月 bā yuè	九 月 jiǔ yuè	十 月 shí yuè	十 一 月 shíyī yuè	十 二 月 shíèr yuè

生日
Shēngrì
วันเกิด

你的 生日是 什麼 時候？
Nǐ de shēngrì shì shénme shíhòu?
คุณเกิดเมื่อไร

我 的 生 日是 上 星 期五。
Wǒ de shēngrì shì shàng xīngqíwǔ.
วันเกิดของฉันคือศุกร์ที่แล้ว

อังคารหน้า	เสาร์หน้า	อาทิตย์ที่แล้ว
下 星 期二 xià xīngqíèr	下 星 期六 xià xīngqíliù	上 星 期日 shàng xīngqírì

特殊節日
Tèshū jiérì
วันหยุดนักขัตฤกษ์

你 今 天 不用 上 課 嗎？
Nǐ jīntiān búyòng shàngkè ma?
วันนี้คุณไม่ต้องไปโรงเรียนหรือ

เข้างาน / ทำงาน	ทำงานล่วงเวลา	ประชุม
上 班 / 工 作 shàngbān/gōngzuò	加班 jiābān	開會 kāihuì

今 天 不用，因 為 今 天（是）星 期六。
Jīntiān búyòng, yīnwèi jīntiān (shì) xīngqíliù.
วันนี้ไม่ต้องทำงาน เพราะวันนี้เป็นวันเสาร์

วันหยุดแห่งชาติ	วันหยุดชดเชย	พักร้อน	วันปีใหม่
國 定 假日 guódìng jiàrì	補假 bǔjià	休假 xiūjià	新 年 xīnnián

วันตรุษจีน
農 曆 春 節 nónglì chūnjié

วันไหว้พระจันทร์
中 秋 節 zhōngqiūjié

วันชาติ
雙 十 節 shuāngshíjié

วันคริสต์มาส
聖 誕 節 shèngdànjié

 我 們 公 司 週 休 二日。
Wǒmen gōngsī zhōu xiū èr rì.
บริษัทของพวกเราหยุดสองวันต่อสัปดาห์

โรงเรียน	โรงงาน
學 校 xuéxiào	工 廠 gōngchǎng

約會
Yuēhuì
การนัดหมาย

明 天 我 們 一起吃午飯，好 嗎？
Míngtiān wǒmen yìqǐ chī wǔfàn, hǎo ma?
พรุ่งนี้พวกเราไปกินข้าวเที่ยงด้วยกันดีไหม

กินอาหารเช้า	กินอาหารเย็น	กินบุฟเฟ่ต์	ดื่มกาแฟ
吃 早 餐 chī zǎocān	吃 晚 餐 chī wǎncān	吃自助餐 chī zìzhùcān	喝咖啡 hē kāfēi

ดูภาพยนตร์	ไปปีนเขา	ไปเดินซื้อของ	ไปห้างสรรพสินค้า
看 電 影 kàn diànyǐng	去 爬 山 qù páshān	去 逛 街 qù guàngjiē	去百貨公司 qù bǎihuògōngsī

明 天 我 沒 空，星 期五可以嗎？
Míngtiān wǒ méikòng, xīngqíwǔ kěyǐ ma?
พรุ่งนี้ฉันไม่ว่าง เป็นวันศุกร์ได้ไหม

下 星 期任何時間 都可以。
Xià xīngqí rènhé shíjiān dōu kěyǐ.
สัปดาห์หน้าเวลาไหนก็ได้

沒 問 題，你 想 約 在哪邊見 面？
Méi wèntí, nǐ xiǎng yuē zài nǎbiān jiànmiàn?
ไม่มีปัญหา คุณอยากนัดเจอที่ไหน

太 好 了！我 們 約 在咖啡店 見。
Tài hǎo le! Wǒmen yuē zài kāfēidiàn jiàn.
เยี่ยมไปเลย พวกเราเจอกันที่ร้านกาแฟนะ

ร้านอาหาร	สถานีรถไฟใต้ดิน	ห้องเรียน
餐 廳 cāntīng	捷 運 站 jiéyùn zhàn	教 室 jiàoshì

Unit 6

怎麼走？

Zěnme zǒu?

ไปอย่างไร

搭公車

Dā gōngchē

โดยสารรถประจำทาง

請 問 我 要 在哪裡搭 公 車？

Qǐngwèn wǒ yào zài nǎlǐ dā gōngchē?

ขอถามหน่อย ฉันจะไปนั่งรถเมล์ได้ที่ไหน

รถแท็กซี่	รถไฟใต้ดิน	รถไฟ
計 程 車 jìchéngchē	捷 運 jiéyùn	火 車 huǒchē

請 問 公 車 站 在 哪裡？

Qǐngwèn gōngchēzhàn zài nǎlǐ?

ขอถามหน่อย ป้ายรถเมล์อยู่ที่ไหน

公 車 站 在 那 邊。
Gōngchēzhàn zài nàbiān.
ป้ายรถเมล์อยู่ที่นั่น

จุดเรียกรถแท็กซี่	สถานีรถไฟใต้ดิน	สถานีรถไฟ
計 程 車 招 呼 站 jìchéngchē zhāohūzhàn	捷 運 站 jiéyùnzhàn	火 車 站 huǒchēzhàn

我 要 去 板 橋，請 問 我 該 搭 哪 一 班 公 車？
Wǒ yào qù Bǎnqiáo, qǐngwèn wǒ gāi dā nǎ yì bān gōngchē?
ฉันจะไปป่านเฉียว ไม่ทราบว่าฉันควรนั่งรถเมล์สายอะไร

สถานีกู่ถิง	สถานีศาลาว่าการเมืองไทเป	เกาสง	ฮวาเหลียน
古 亭 站 Gǔtíngzhàn	臺 北 市 政 府 Táiběi shìzhèngfǔ	高 雄 Gāoxióng	花 蓮 Huālián

你 可 以 搭 這 班 公 車。
Nǐ kěyǐ dā zhè bān gōngchē.
คุณนั่งรถสายนี้ได้

在公車上
Zài gōngchē shàng
บนรถโดยสาร

請問 這裡到 臺中 要 多久？

Qǐngwèn zhèlǐ dào Táizhōng yào duōjiǔ?

ขอถามหน่อย จากที่นี่ไปไถจงต้องใช้เวลานานเท่าไร

ศูนย์วัฒนธรรม	พิพิธภัณฑ์	เมืองซินจู๋	เมืองเคิ่นติง
文化 中心 wénhuà zhōngxīn	博物館 bówùguǎn	新竹 Xīnzhú	墾丁 Kěndīng

請問 我 應該 在哪一站 下 車？

Qǐngwèn wǒ yīnggāi zài nǎ yí zhàn xià chē?

ขอถามหน่อย ฉันควรจะลงป้ายไหน

到 了我 會 再提醒 你。
Dàole wǒ huì zài tíxǐng nǐ.
ถึงแล้วฉันจะบอกคุณ

下 一 站 就 到 了。
Xià yí zhàn jiù dào le.
ป้ายหน้าก็ถึงแล้ว

搭捷運
Dā jiéyùn
นั่งรถไฟฟ้าใต้ดิน

請 問 這附近 有 捷運 站 嗎?
Qǐngwèn zhè fùjìn yǒu jiéyùnzhàn ma?
ขอถามหน่อย ไม่ทราบว่าแถวนี้มีสถานีรถไฟใต้ดินไหม

捷運 站 在 對 面。
Jiéyùnzhàn zài duìmiàn.
สถานีรถไฟใต้ดินอยู่ตรงข้าม

ที่ทำการไปรษณีย์	สถานีตำรวจ	ร้านสะดวกซื้อ	ธนาคาร
郵 局 yóujú	警 察 局 jǐngchájú	便 利 商 店 biànlìshāngdiàn	銀 行 yínháng

สวนสัตว์	โรงพยาบาล	ร้านอาหาร	สวนสาธารณะ
動 物 園 dòngwùyuán	醫 院 yīyuàn	餐 廳 cāntīng	公 園 gōngyuán

動 物 園 該 怎 麼 走?
Dòngwùyuán gāi zěnme zǒu?
ไม่ทราบว่าสวนสัตว์ไปทางไหน

ถนนจงเสี้ยวตะวันออก	ถนนเหยินอ้าย	ถนนเหอผิงตะวันตก
忠孝東路 Zhōngxiàodōnglù	仁愛路 Rénàilù	和平西路 Hépíngxīlù

動物園 在臺北市的南邊。
Dòngwùyuán zài Táiběi shì de nánbiān.
สวนสัตว์อยู่ทางใต้ของเมืองไทเป

ทางตะวันออก	ทางเหนือ	ทางตะวันตก
東邊 dōngbiān	北邊 běibiān	西邊 xībiān

沿著這條路走到底，再左轉。
Yánzhe zhè tiáo lù zǒu dào dǐ, zài zuǒ zhuǎn.
เดินไปจนสุดถนนเส้นนี้ แล้วเลี้ยวไปทางซ้าย

เลี้ยวขวา	เลี้ยวกลับ	ขึ้นตึก	ลงตึก
右轉 yòu zhuǎn	迴轉 huízhuǎn	上樓 shàng lóu	下樓 xià lóu

往前走大約一百公尺，就會看到
Wǎng qián zǒu dàyuē yìbǎi gōngchǐ, jiù huì kàndào
十字路口。
shízìlùkǒu.
เดินตรงไปประมาณ 100 เมตร ก็จะเห็นสี่แยก

สะพานลอย	ทางใต้ดิน	ทางม้าลาย	ไฟเขียวไฟแดง
天橋 tiānqiáo	地下道 dìxiàdào	斑馬線 bānmǎxiàn	紅綠燈 hónglǜdēng

過 馬路 之後，在第一個 紅綠燈 左 轉。
Guò mǎlù zhīhòu, zài dì-yī ge hónglǜdēng zuǒ zhuǎn.

หลังจากคุณข้ามถนนพอไฟเขียวไฟแดงแรกให้เลี้ยวซ้าย

อันที่สอง	อันที่สาม	อันที่สี่	อันที่ห้า
第二 個 dì-èr ge	第三 個 dì-sān ge	第四 個 dì-sì ge	第五 個 dì-wǔ ge

捷運 站 在 飯店 的隔壁。
Jiéyùnzhàn zài fàndiàn de gébì.

สถานีรถไฟใต้ดินอยู่ด้านข้างของโรงแรม

ตรงข้าม	ด้านหลัง	ด้านหน้า
對 面 duìmiàn	後 面 hòumiàn	前 面 qiánmiàn

搭 手扶梯到 二樓就 會 看 到 月臺了。
Dā shǒufútī dào èr lóu jiù huì kàn dào yuètái le.

ขึ้นบันไดเลื่อนไปชั้น ๒ ก็จะเห็นชานชาลา

ขึ้นลิฟท์	ขึ้นบันได
搭 電梯 dā diàntī	走 樓梯 zǒu lóutī

你 可以搭 車 到 動 物 園 站 下 車。
Nǐ kěyǐ dā chē dào dòngwùyuánzhàn xià chē.

คุณสามารถนั่งรถไปลงป้ายสวนสัตว์ไทเปได้

สถานีไทเปเมน	สถานีตั้นสุ่ย	สถานีซีเหมิน	สถานีปลายทาง
臺北車站 Táiběichēzhàn	淡 水 站 Dànshuǐzhàn	西門站 Xīménzhàn	終 點站 zhōngdiǎnzhàn

從 捷運 三 號 出口 出來就 到 了。
Cóng jiéyùn sān hào chūkǒu chūlái jiù dào le.
จากทางออกที่ ๓ ของรถไฟใต้ดินออกมาก็ถึงแล้ว

搭計程車
- Dā jìchéngchē
โดยสารรถแท็กซี่

您 好，我 要 去 機 場。
Nín hǎo, wǒ yào qù jīchǎng.
ฉันจะไปสนามบิน

前 面 閃 黃 燈 處 請 左 轉。
Qiánmiàn shǎn huángdēng chù qǐng zuǒ zhuǎn.
ด้านหน้าที่มีไฟกระพริบสีเหลืองช่วยเลี้ยวซ้าย

ปากทาง	หัวเลี้ยว	ปากซอย
路口 lùkǒu	轉角 zhuǎnjiǎo	巷口 xiàngkǒu

請 你 開 慢 一 點，我 不 趕 時 間。
Qǐng nǐ kāi màn yìdiǎn, wǒ bù gǎn shíjiān.
รบกวนช่วยขับช้าหน่อย ฉันไม่รีบ

這 裡 停 就 行 了，謝 謝！
Zhèlǐ tíng jiù xíng le,　xièxie!
ช่วยจอดตรงนี้ ขอบคุณ

道謝
● Dàoxiè
ขอบคุณ

謝 謝 您 的 幫 忙。
Xièxie nín de bāngmáng.
ขอบคุณที่ช่วยเหลือ

不 客 氣。祝 您 有 美 好 的 一 天。
Búkèqì,　zhù nín yǒu měihǎo de yì tiān.
ไม่เป็นไร ขอให้วันนี้เป็นวันที่สวยงามสำหรับคุณ

Unit 7

餐廳

Cāntīng

บทที่ ๗ ร้านอาหาร

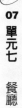

訂位
Dìngwèi
จองที่

我要 訂 位。
Wǒ yào dìngwèi.
ฉันต้องการจองที่

你們 有幾位？
Nǐmen yǒu jǐ wèi?
ทั้งหมดกี่ท่าน

我們 有 三 個 人。
Wǒmen yǒu sān ge rén.
สามท่าน

什 麼 時 候 ?

Shénme shíhòu?

เมื่อไรดี

今 晚 七 點。

Jīnwǎn qī diǎn.

คืนนี้หนึ่งทุ่ม

請 問 是 什 麼 名 字 ?

Qǐngwèn shì shénme míngzi?

ขอทราบชื่อผู้จองด้วย

您 的 電 話 是 ?

Nín de diànhuà shì?

ขอทราบเบอร์โทรศัพท์ด้วย

我 的 電 話 是0911123456。

Wǒ de diànhuà shì 0911123456.

เบอร์ของฉันคือ ศูนย์ เก้า หนึ่ง หนึ่ง หนึ่ง สอง สาม สี่ ห้า หก

我 們 有 訂 位 了。
Wǒmen yǒu dìngwèi le.
พวกเราจองที่ไว้แล้ว

餐廳內
Cāntīng nèi
ร้านอาหาร

這 邊 請。
Zhèbiān qǐng.
เชิญทางนี้

這 是 您 的 座 位。
Zhè shì nín de zuòwèi.
นี่คือโต๊ะของคุณ

我 可 以 坐 這 位 置 嗎?
Wǒ kěyǐ zuò zhè wèizhì ma?
ฉันนั่งที่ตรงนี้ได้ไหม

我 可 以 坐 這 裡 嗎?
Wǒ kěyǐ zuò zhèlǐ ma?
ฉันนั่งตรงนี้ได้ไหม

點 餐
Diǎn cān
สั่งอาหาร

你 最 喜 歡 吃 什 麼?
Nǐ zuì xǐhuān chī shénme?
เธอชอบทานอะไรที่สุด

我 想 吃 當 地 的 食 物。
Wǒ xiǎng chī dāngdì de shíwù.
ฉันอยากทานอาหารพื้นบ้านของที่นี่

我 想 吃 <u>中 式</u> 料理。
Wǒ xiǎng chī zhōngshì liàolǐ.
ฉันอยากทานอาหารจีน

อาหารเกาหลี	อาหารญี่ปุ่น	อาหารไทย
韓 式 hánshì	日式 rìshì	泰式 tàishì

อาหารฝรั่งเศส	อาหารยุโรป	อาหารอิตาลี
法式 fǎshì	西式 xīshì	義式 yìshì

您 好，我 想 點 餐。
Nín hǎo, wǒ xiǎng diǎncān.
สวัสดี ฉันขอสั่งอาหารหน่อย

這 是 我 們 的 菜 單。
Zhè shì wǒmen de càidān.
นี่คือเมนูของทางเรา

有 什 麼 建 議 的 菜 色 嗎？
Yǒu shénme jiànyì de càisè ma?
มีอาหารอะไรแนะนำบ้างไหม

還 需 要 其 他 的 嗎？
Hái xūyào qítā de ma?
ยังต้องการอะไรเพิ่มไหม

大概 要 等 多久？

Dàgài yào děng duōjiǔ?

ไม่ทราบว่าต้องรอนานแค่ไหน

用 餐 愉 快。

Yòngcān yúkuài.

ขอให้มีความสุขในการรับประทานอาหาร

這 不 是 我 點 的 食物。

Zhè búshì wǒ diǎn de shíwù.

นี่ไม่ใช่อาหารที่ฉันสั่ง

開胃菜
Kāiwèicài
ออเดิร์ฟ

你 要 哪 道 前 菜？

Nǐ yào nǎ dào qiáncài?

คุณต้องการรับออเดิร์ฟอะไร

我 想 要 沙拉。

Wǒ xiǎngyào shālā.

ฉันต้องการสลัด

ปลาหมึกทอด	หัวหอมทอด
酥炸 花枝 圈 sūzhá huāzhīquān	洋 蔥 磚 yángcōngzhuān

แม็กซิกันพิซซ่า	ไก่ไม่มีกระดูกทอด
焗薄餅 júbóbǐng	炸雞柳棒 zhá jīliǔbàng

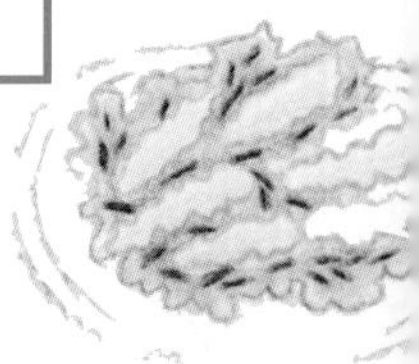

需 要 其他的 嗎？
Xūyào qítā de ma?
ไม่ทราบว่าจะรับอะไรเพิ่มไหม

內 用 還是 外帶？
Nèiyòng hái shi wàidài?
ทานที่นี่หรือว่าห่อกลับ

主餐
Zhǔcān
อาหารจานหลัก

我 們 有 牛肉 麵。
Wǒmen yǒu niúròumiàn.
ทางเรามีบะหมี่เนื้อ

ข้าวซี่โครงหมู	เกี๊ยวต้ม	ปลาดิบ	ซุปมิโสะ
排骨飯 páigǔfàn	水餃 shuǐjiǎo	生 魚 片 shēngyúpiàn	味 噌 湯 wèicēngtāng

ซอสตับห่าน	สเต็กเนื้อ	สปาเก็ตตี้	ข้าวผัดซอสเกาหลี
鵝肝 醬 égānjiàng	牛 排 niúpái	義大利 麵 yìdàlìmiàn	韓 式 拌 飯 hánshì bànfàn

ข้าวอบทะเล	แฮมเบอร์เกอร์	เบเกิล แซนวิช	คลับแซนวิช
海鮮焗飯 hǎixiānjúfàn	漢堡 hànbǎo	總匯貝果 zǒnghuì bèiguǒ	總匯三明治 zǒnghuì sānmíngzhì

ข้าวครีมซอสฟักทองอบเนย	อเมริกันแซนวิช
奶油南瓜燉飯 nǎiyóu nánguā dùnfàn	美式潛艇堡 měishì qiántǐngbǎo

有 供 應 素食 嗎？
Yǒu gōngyìng sùshí ma?
คุณมีอาหารมังสวิรัติไหม

我喜歡 這道菜。
Wǒ xǐhuān zhè dào cài.
ฉันชอบอาหารจานนี้

想 到 就餓了。
Xiǎngdào jiù è le.
แค่คิดก็หิวแล้ว

飲料
● Yǐnliào
เครื่องดื่ม

需要 喝 的 嗎？
Xūyào hē de ma?
ไม่ทราบว่าจะรับเครื่องดื่มอะไรไหม

您 的 飲料 要 大杯 的 還是 小 杯 的？
Nín de yǐnliào yào dà bēi de háishì xiǎo bēi de?
คุณต้องการเครื่องดื่มแก้วเล็กหรือแก้วใหญ่

您 要 冰 的、溫 的 還是 熱 的？
Nín yào bīng de, wēn de, háishì rè de?
รับเป็นร้อนหรือเย็นดี

我 想要 喝 <u>水</u>。
Wǒ xiǎngyào hē <u>shuǐ</u>.
ฉันต้องการน้ำเปล่า

โค้ก	น้ำผลไม้	ชานม	ชาดำเย็น
可樂 kělè	果汁 guǒzhī	奶茶 nǎichá	紅茶 hóngchá

กาแฟ	คาปูชิโน่	ลาเต้	เครื่องดื่ม
咖啡 kāfēi	卡布奇諾 kǎbùqínuò	拿鐵 nátiě	飲料 yǐnliào

เบียร์	ไวน์	แชมเปญ	เหล้าวิสกี้
啤酒 píjiǔ	葡萄酒 pútáojiǔ	香檳 xiāngbīn	威士忌 wēishìjì

需要 再一杯 水 嗎？
Xūyào zài yì bēi shuǐ ma?
ต้องการน้ำเพิ่มอีกสักแก้วไหม

甜 點
Tiándiǎn
ของหวาน

甜 點 有 哪幾 種？
Tiándiǎn yǒu nǎ jǐ zhǒng?
มีของหวานอะไรบ้าง

我 們 有 巧克力蛋糕。
Wǒmen yǒu qiǎokèlì dàngāo.
ทางเรามีเค้กช็อกโกแลต

ทาร์ตผลไม้	พายเชอรี่	พุดดิ้งคาราเมล	ทีรามิสุ
水 果 塔 shuǐguǒtǎ	櫻 桃 派 yīngtáopài	焦 糖 布 丁 jiāotángbùdīng	提拉米蘇 tílāmǐsū

สตรอเบอรี่ปั่น	ชูครีม	คัสตาร์ดมะม่วง	ไอศกรีมวานิลา
草 莓 cǎoméi 冰 沙 bīngshā	奶 油 nǎiyóu 泡 芙 pàofú	芒 果 mángguǒ 奶 酪 nǎiluò	香 草 xiāngcǎo 冰 淇 淋 bīngqílín

味 道
Wèidào
รสชาติ

這 道 菜太辣了。
Zhè dào cài tài là le.
กับข้าวจานนี้เผ็ดเหลือเกิน

หวาน	เปรี้ยว	ขม
甜 tián	酸 suān	苦 kǔ

ร้อน	เย็น, หนาว	เค็ม
燙 tàng	冷 lěng	鹹 xián

這 很 好 吃。
Zhè hěn hǎo chī.
อันนี้อร่อยมาก

這 食 物 很 美 味。
Zhè shíwù hěn měiwèi.
อาหารจานนี้อร่อยมาก

用 餐
Yòng cān
รับประทานอาหาร

可以把鹽 傳 給 我 嗎?
Kěyǐ bǎ yán chuán gěi wǒ ma?
ช่วยส่งเกลือให้ฉันหน่อย

พริกไทย	ขนมปัง	น้ำ	ตะเกียบ
胡椒 hújiāo	麵包 miànbāo	水 shuǐ	筷子 kuàizi

ส้อม	ช้อน	มีด	หลอด
叉子 chāzi	湯匙 tāngchí	刀子 dāozi	吸管 xīguǎn

我 吃 飽 了。
Wǒ chībǎo le.
ฉันกินอิ่มแล้ว

你 還 餓 嗎?
Nǐ hái è ma?
คุณยังหิวอีกไหม

結 帳
● Jié zhàng
ชำระเงิน

請 問 要 如 何 付 款 ？
Qǐngwèn yào rúhé fùkuǎn?
ขอถามหน่อยว่า จะต้องชำระเงินอย่างไร

現 金 還 是 刷 卡 ？
Xiànjīn háishì shuā kǎ?
ไม่ทราบว่าเป็นเงินสดหรือบัตรเครดิต

我 們 想 分 開 付 帳 。
Wǒmen xiǎng fēnkāi fùzhàng.
พวกเราอยากจะขอแยกจ่าย

這 是 找 您 的 零 錢 。
Zhè shì zhǎo nín de língqián.
นี่คือเงินทอนของคุณ

07 單元七

餐廳

Unit 8 我 生 病 了

Wǒ shēngbìng le

ฉันป่วย

不 舒服
Bù shūfú
ไม่สบาย

你哪裡不 舒服？
Nǐ nǎlǐ bù shūfú?
คุณไม่สบายตรงไหนบ้าง

我 頭 痛。
Wǒ tóu tòng.
ฉันปวดหัว

ตา	หู	ฟัน	จมูก
眼 睛 yǎnjīng	耳 朵 ěrduo	牙 齒 yáchǐ	鼻子 bízi

คอ	บ่า	แขน	มือ
脖子 bózi	肩膀 jiānbǎng	手臂 shǒubì	手 shǒu

นิ้วมือ	หน้าอก	ท้อง	เอว
手指 shǒuzhǐ	胸口 xiōngkǒu	肚子 dùzi	腰部 yāobù

สะโพก	ขา	หัวเข่า	เท้า
臀部 túnbù	腿 tuǐ	膝蓋 xīgài	腳 jiǎo

我 的 腳 踝 扭 傷 了。
Wǒ de jiǎohuái niǔshāng le.
ข้อเท้าของฉันเคล็ด

แผลถลอก	เคล็ดขัดยอก	บวมขึ้นมา	แผลฟกช้ำ
擦傷 cāshāng	扭傷 niǔshāng	腫起來 zhǒngqǐlái	瘀青 yūqīng

我 生 病 了。
Wǒ shēngbìng le.
ฉันป่วย

醫院
● Yīyuàn
โรงพยาบาล

你 需要 去 醫院 嗎?
Nǐ xūyào qù yīyuàn ma?
คุณจะต้องไปโรงพยาบาลไหม

คลินิก	ศูนย์สุขภาพ
診 所 zhěnsuǒ	健 康 中 心 jiànkāng zhōngxīn

掛號
- Guàhào
- ลงทะเบียน

我 想 要 掛 號。
Wǒ xiǎngyào guàhào.
ฉันอยากจะลงทะเบียน

ฉีดวัคซีน	ตรวจสุขภาพ	เยี่ยมคนไข้	รับยา
打 預 防 針 dǎ yùfángzhēn	健 康 檢 查 jiànkāng jiǎnchá	探 望 病 人 tànwàng bìngrén	領 藥 lǐngyào

請 問 你 要 看 什麼科?
Qǐngwèn nǐ yào kàn shénme kē?
ไม่ทราบว่าคุณจะหาหมอแผนกไหน

你 有 什麼 病 史 嗎?
Nǐ yǒu shénme bìngshǐ ma?
คุณมีประวัติผู้ป่วยที่นี่ไหม

我 要 看 家庭醫學科。
Wǒ yào kàn jiātíngyīxuékē.
ฉันต้องการพบแผนกให้คำปรึกษาครอบครัว

แผนกกระดูก	แผนกอายุรกรรม	แผนกผิวหนัง	แผนกทันตกรรม
骨科 gǔkē	一般 外科 yìbānwàikē	皮膚科 pífūkē	牙科 yákē

แผนกเด็ก	แผนกสูตินารีเวช	แผนกกายภาพบำบัดและฟื้นฟู	แผนกจักษุ
小兒科 xiǎoérkē	婦產科 fùchǎnkē	復健科 fùjiànkē	眼科 yǎnkē

症狀
● Zhèngzhuàng
อาการของโรค

我 有 發 燒。/ 我 發 燒 了。
Wǒ yǒu <u>fāshāo</u>. / Wǒ <u>fāshāo</u> le.
ฉันมีไข้

น้ำมูกไหล	คัดจมูก
流鼻水 liúbíshuǐ	鼻塞 bísāi

ไอ	เจ็บคอ
咳嗽 késòu	喉嚨痛 hóulóngtòng

จาม	ภูมิแพ้
打噴嚏 dǎpēntì	過敏 guòmǐn

ฟันผุ	ท้องเสีย
蛀牙 zhùyá	拉肚子 lādùzi

指示
Zhǐshì
คำแนะนำ

要　多久才會　好？
Yào duōjiǔ cái huì hǎo?
ต้องใช้เวลานานเท่าไรถึงจะดีขึ้น

這些藥　有副作用　嗎？
Zhèxiē yào yǒu fùzuòyòng ma?
ยาพวกนี้มีผลข้างเคียงไหม

請　吃　清淡　的食物。
Qǐng chī qīngdàn de shíwù.
ช่วยทานอาหารที่มีรสจืด

不要　吃 刺激性 的食物。
Búyào chī cìjīxìng de shíwù.
อย่าเพิ่งทานอาหารที่มีรสจัด

เย็น	ร้อน	เปรี้ยว	เค็ม
冰　的 bīng de	燙　的 tàng de	酸　的 suān de	鹹　的 xián de

別　忘了按時　吃藥。
Bié wàngle ànshí chīyào.
อย่าลืมทานยาให้ตรงเวลา

這個藥　要　睡前　吃。
Zhège yào yào shuìqián chī.
ยานี้ต้องทานก่อนนอน

ท้องว่าง	หลังอาหาร	ทานกับน้ำ
空 腹 kōngfù	飯 後 fàn hòu	配 水 pèishuǐ

這 個 藥 一 天 吃 一 次。
Zhège yào yì tiān chī yí cì.
ยานี้รับประทานวันละหนึ่งครั้ง

ทุกสามชั่วโมง	หลังจากสามชั่วโมง
每 三 小 時 měi sān xiǎoshí	三 小 時 後 sān xiǎoshí hòu

多 喝 水，多 休 息。
Duō hēshuǐ, duō xiūxí.
ดื่มน้ำเยอะๆ และพักผ่อนมากๆ

早 日 康 復 !
Zǎorì kāngfù!
ขอให้หายเร็วๆ

Unit 8 ฉีดยา

Unit 9

寄信、打電話

Jì xìn、 dǎ diànhuà

ส่งจดหมาย โทรศัพท์

書面 信件

Shūmiàn xìnjiàn

จดหมาย

我想買郵票。

Wǒ xiǎng mǎi yóupiào.

ฉันต้องการซื้อแสตมป์

ซองจดหมาย	กระดาษเขียนจดหมาย	โปสการ์ด
信封 xìnfēng	信紙 xìnzhǐ	明信片 míngxìnpiàn

您要寄去哪裡？

Nín yào jì qù nǎlǐ?

คุณจะส่งไปที่ไหน

我 想 寄 包 裹 到 臺北。
Wǒ xiǎng jì bāoguǒ dào Táiběi.
ฉันต้องการส่งพัสดุไปไทเป

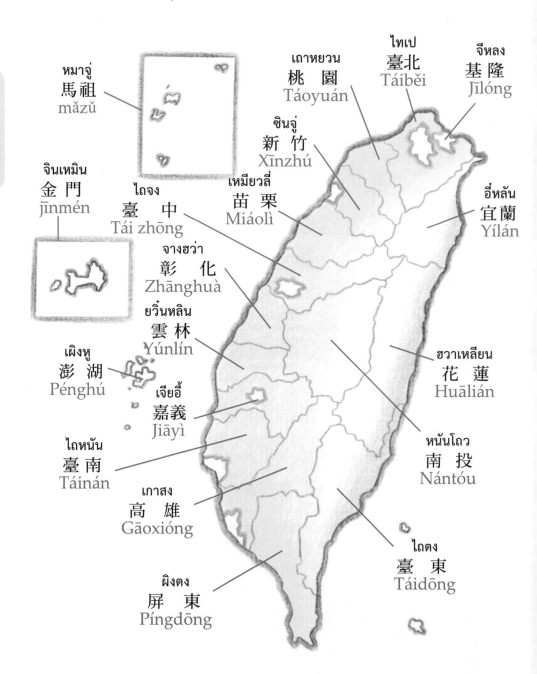

หมาจู่
馬祖
mǎzǔ

เถาหยวน
桃 園
Táoyuán

ไทเป
臺北
Táiběi

จีหลง
基 隆
Jīlóng

ซินจู่
新 竹
Xīnzhú

จินเหมิน
金 門
jīnmén

ไถจง
臺 中
Tái zhōng

เหมียวลี่
苗 栗
Miáolì

อี๋หลัน
宜蘭
Yílán

จางฮว่า
彰 化
Zhānghuà

ยวิ๋นหลิน
雲 林
Yúnlín

เผิงหู
澎 湖
Pénghú

เจียอี้
嘉義
Jiāyì

ฮวาเหลียน
花 蓮
Huālián

หนันโถว
南 投
Nántóu

ไถหนัน
臺 南
Táinán

เกาสง
高 雄
Gāoxióng

ไถตง
臺 東
Táidōng

ผิงตง
屏 東
Píngdōng

您 要 寄 <u>平 信</u> 嗎？
Nín yào jì píng xìn ma?
คุณต้องการส่งแบบธรรมดาใช่ไหม

จดหมายแบบกำหนดเวลา	จดหมายลงทะเบียน	จดหมายแบบด่วน	จดหมายส่งทางอากาศ
限 時 專 送 xiànshí zhuānsòng	掛 號 信 guàhàoxìn	快 遞 kuàidì	航 空 郵 件 hángkōng yóujiàn

請 問 郵 資 多 少？
Qǐngwèn yóuzī duōshǎo?
ไม่ทราบว่าค่าส่งเท่าไร

您 的 包 裹 一 <u>公 斤</u> 重。
Nín de bāoguǒ yì gōngjīn zhòng.
พัสดุของคุณหนักหนึ่งกิโลกรัม

กรัม	ออนซ์	ปอนด์
克 kè	盎 司 àngsī	磅 bàng

我 想 要 領 包 裹。
Wǒ xiǎngyào lǐng bāoguǒ.
ฉันจะมาขอรับพัสดุ

您 帶 了 <u>收 件 單</u> 嗎？
Nín dàile shōujiàndān ma?
ไม่ทราบว่าได้นำใบรับมาด้วยหรือเปล่า

เอกสาร	ตราประทับ	บัตรประชาชน	พาสปอร์ต
證 件 zhèngjiàn	印 章 yìnzhāng	身 分 證 shēnfènzhèng	護 照 hùzhào

電子郵件
Diànzǐ yóujiàn
อีเมล์

請 輸入 帳 號。
Qǐng shūrù zhànghào.
ช่วยกรอกชื่อผู้ใช้งาน

รหัส	ผู้รับ	หัวข้อ/หัวเรื่อง	เนื้อหา
密碼 mìmǎ	收件者 shōujiànzhě	主旨 zhǔzhǐ	內容 nèiróng

可以 給 我 您 的 電子信箱 嗎？
Kěyǐ gěi wǒ nín de diànzǐ xìnxiāng ma?
รบกวนขออีเมล์หน่อยได้ไหม

我 每天 都 收 電子郵件。
Wǒ měitiān dōu shōu diànzǐ yóujiàn.
ฉันเช็คเมล์ทุกวัน

電話
Diànhuà
โทรศัพท์

您 家裡 電話 幾號？
Nín jiālǐ diànhuà jǐ hào?
ไม่ทราบว่าที่บ้านคุณเบอร์อะไร

您的 手機是 多少？
Nín de shǒujī shì duōshǎo?
ไม่ทราบว่าเบอร์มือถือของคุณเบอร์อะไร

喂！請 問 您 找 誰？
Wéi! Qǐngwèn nín zhǎo shéi?
สวัสดี ไม่ทราบว่าคุณต้องการพูดสายกับใคร

喂！請 問 瑪莉在家嗎？
Wéi! Qǐngwèn mǎlì zài jiā ma?
สวัสดี ไม่ทราบว่าแมรี่อยู่ที่บ้านไหม

您 好！我 想 找 瑪莉。
Nín hǎo, wǒ xiǎng zhǎo mǎlì.
สวัสดี ฉันต้องการพูดสายกับแมรี่

喂！請 問 哪裡找？
Wéi! Qǐngwèn nǎlǐ zhǎo?
สวัสดี ไมทราบว่าโทรมาจากไหน

她 不 在 家。
Tā bú zài jiā.
เขาไม่อยู่บ้าน

她 什 麼 時 候 會 回 來？
Tā shénme shíhòu huì huílái?
ไม่ทราบว่าเขาจะกลับมาเมื่อไร

她大約 晚 上 8 點 回 來。
Tā dàyuē wǎnshàng bā diǎn huílái.
เขาน่าจะกลับมาตอนสองทุ่ม

這裡是 2345-7890，對 吧？
Zhèlǐ shì 2345-7890, duì ba?
ที่นี่คือ สอง สาม สี่ ห้า เจ็ด แปด เก้า ศูนย์ ใช่ไหม

請 等 一下，我 幫 您 轉 接。
Qǐng děng yí xià, wǒ bāng nín zhuǎnjiē.
กรุณารอสักครู่ฉันจะโอนสายให้

您 方 便 說 話 嗎？
Nín fāngbiàn shuōhuà ma?
ไม่ทราบว่าคุณสะดวกคุยไหม

您 可以 晚 一點 再 打來 嗎？
Nín kěyǐ wǎn yìdiǎn zài dǎlái ma?
อีกสักครู่ค่อยโทรกลับมาใหม่ได้ไหม

你 需要 她 回 電 嗎？
Nǐ xūyào tā huí diàn ma?
คุณต้องการให้เขาโทรกลับไหม

你 想 要 留言 嗎？
Nǐ xiǎngyào liúyán ma?
คุณต้องการฝากข้อความอะไรไว้ไหม

我 可以 留言 嗎？
Wǒ kěyǐ liúyán ma?
ไม่ทราบว่าจะฝากข้อความไว้ได้ไหม

抱 歉，我 這麼 晚 才 回覆 你。
Bàoqiàn, wǒ zhème wǎn cái huífù nǐ.
ขอโทษด้วยที่โทรกลับช้า

我 剛 才 寄了 一 封 簡 訊 給 你。
Wǒ gāngcái jì le yì fēng jiǎnxùn gěi nǐ.
你 收 到 了 嗎？
Nǐ shōudào le ma?
เมื่อสักครู่ฉันมีส่งข้อความไปให้คุณ ไม่ทราบว่าคุณได้รับไหม

Unit 10

祝福語

Zhùfúyǔ

คำอวยพร

一般用祝福語

Yìbānyòng zhùfúyǔ

คำอวยพรทั่วไป

我 祝福你 萬 事如意。

Wǒ zhùfú nǐ wànshìrúyì.

ฉันขอให้คุณคิดสิ่งใดสมปราถนา

希 望 你 美 夢 成 真。

Xīwàng nǐ měimèng-chéngzhēn.

ขอให้ความฝันของคุณกลายเป็นจริง

吉星 高 照。

Jíxīng-gāozhào.

ขอให้โชคดี ทำงานอะไรก็ราบรื่น

祝 你 好 運。
Zhù nǐ hǎoyùn.
ขอให้คุณโชคดี.

事 事 順 心。
Shìshì-shùnxīn.
ขอให้ทุกอย่างราบรื่น

笑 口 常 開。
Xiàokǒu-chángkāi.
ขอให้สุขกายสบายใจ

愛情
Àiqíng
ความรัก

祝 你 們 白 頭 偕 老。
Zhù nǐmen báitóu-xiélǎo.
ขอให้พวกคุณอยู่กันจนแก่เฒ่า

祝 你 們 永 浴 愛 河。
Zhù nǐmen yǒngyù-àihé.
ขอให้พวกคุณรักกันตลอดไป

情 人 節 快 樂。
Qíngrénjié kuàilè.
สุขสันต์วันวาเลนไทน์

有 情 人 終 成 眷 屬。
Yǒuqíngrén zhōngchéng juànshǔ.
ขอให้คนที่มีคู่ได้สมหวังครองคู่กัน

你們 真 是 天 作 之合！
Nǐmen zhēn shì tiānzuòzhīhé!
พวกคุณนั้นสมกันดังกิ่งทองใบหยก

生日
Shēngrì
วันเกิด

祝 你 生 日 快樂！
Zhù nǐ shēngrì kuàilè!
ขอให้สุขสันต์วันเกิด

願 你 健 康 長 壽。
Yuàn nǐ jiànkāng chángshòu.
ขอให้คุณสุขภาพแข็งแรง

祝 你 永 遠 快樂。
Zhù nǐ yǒngyuǎn kuàilè.
ขอให้คุณมีความสุขตลอดไป

祝 你 多福 多 壽。
Zhù nǐ duōfú-duōshòu.
ขอให้ร่ำรวยอายุยืน

祝 您福如 東 海，
Zhù ní fú rú dōnghǎi,
壽 比南 山！
shòu bǐ Nánshān!
ขอให้มีความสุขแผ่ไพศาล
อายุยืนดั่งขุนเขา

學業和事業
● Xuéyè hé shìyè
การเรียน และการงาน

祝你學業進步。
Zhù nǐ xuéyè jìnbù.
ขอให้ก้าวหน้าในการเรียน

祝你金榜題名。
Zhù nǐ jīnbǎng-tímíng.
ขอให้สอบได้คะแนนดีๆ

祝你步步高升。
Zhù nǐ bùbù-gāoshēng.
ขอให้คุณเจริญก้าวหน้ายิ่งๆ ขึ้นไป

祝你馬到成功。
Zhù nǐ mǎ dào chéng gōng.
ขอให้คุณทำการสิ่งใดก็ราบรื่นประสบความสำเร็จ

祝你脱穎而出。
Zhù nǐ tuōyǐng'érchū.
ขอให้คุณแสดงได้ยอดเยี่ยม

祝你生意興隆。
Zhù nǐ shēngyì-xīnglóng.
ขอให้กิจการค้าเจริญรุ่งเรือง

祝你鴻圖大展。
Zhù nǐ hóngtú-dàzhǎn.
ขอให้กิจการองคุณค้าขายเจริญรุ่งเรือง

祝你鵬程萬里。
Zhù nǐ péngchéng-wànlǐ.
ขอให้คุณมีอนาคตอันสดใส

新年
Xīnnián
ปีใหม่

新年 快樂。
Xīnnián kuàilè.
สุขสันต์วันปีใหม่

恭賀 新禧！
Gōnghè-xīnxǐ!
สุขสันต์วันปีใหม่

恭喜發財！
Gōngxǐ-fācái!
ขอให้ร่ำรวยเงินทอง

祝 你 大吉大利。
Zhù nǐ dàjí-dàlì.
ขอให้คุณค้าขายได้กำไร

祝 你 年年 有餘。
Zhù nǐ niánnián-yǒuyú.
ขอให้คุณเหลือกินเหลือใช้ตลอดไป

祝 你 歲歲 平安。
Zhù nǐ suìsuì-píngān.
ขอให้คุณราบรื่นปลอดภัย

願 你 有 個 吉祥 快樂 的 一 年！
Yuàn nǐ yǒu ge jíxiáng kuàilè de yì nián!
ขอให้คุณมีความสุขร่ำรวยตลอดปี

其他節日
● Qítā jiérì
เทศกาลอื่นๆ

祝 你 中 秋節 快樂！
Zhù nǐ zhōngqiūjié kuàilè
ขอให้คุณสุขสันต์วันไหว้พระจันทร์

เทศกาลบะจ่าง
端 午節 Duānwǔjié

วันเชงเม้ง
清 明 節 Qīngmíngjié

วันสารทจีน	เทศกาลหยวนเซียว
中 元 節 Zhōngyuánjié	元 宵 節 Yuánxiāojié

วันเด็ก	วันสตรี
兒 童 節 Értóngjié	婦女節 Fùnǚjié

วันครู	วันแม่	วันพ่อ	วันคริสต์มาส
教 師節 Jiàoshījié	母 親節 Mǔqīnjié	父 親節 Fùqīnjié	耶 誕 節 Yēdànjié

生詞總表
คำศัพท์

A

āniìng de 安靜的 เงียบ
àngsī 盎司 ออนซ์

B

bàba 爸爸 พ่อ
bā diǎn sìshí fēn 八點四十分 แปดโมงสี่สิบนาที
Bāxīrén 巴西人 คนบราซิล
bā 八 แปด
bā yuè 八月 เดือนสิงหาคม
bā zhé 八折 ยี่สิบเปอร์เซนต์
bāibāi 掰掰 ลาก่อน
bàngōngshì 辦公室 ห้องทำงาน
bànjià 半價 ครึ่งราคา
bānmǎxiàn 斑馬線 ทางม้าลาย
Bǎnqiáo 板橋 ป่านเฉียว
bàn xiǎoshí hòu 半小時後 ครึ่งชั่วโมง
bàng 棒 ยอดเยี่ยม
bàng 磅 ปอนด์
bāozi 包子 ซาลาเปา
běibiān 北邊 ด้านเหนือ
bísāi 鼻塞 การแข่งขัน
bízi 鼻子 จมูก
biànlì shāngdiàn 便利商店 ร้านสะดวกซื้อ
biǎoyǎn 表演 การแสดง, แสดง
bīng de 冰的 เย็น
bówùguǎn 博物館 พิพิธภัณฑ์
bózi 脖子 คอ
bǔjià 補假 หยุดชดเชย
bú tài hǎo 不太好 ไม่ค่อยดี

C

cāshāng 擦傷 แผลถลอก
cāntīng 餐廳 ร้านอาหาร
cǎoméi bīngshā 草莓冰沙 น้ำสตรอเบอรี่ปั่น
chāzi 叉子 ส้อม
chēzhàn 車站 สถานีรถโดยสาร
chènshān 襯衫 เสื้อเชิ้ต
Chén 陳 เฉิน (แซ่)
chīfàn 吃飯 กินข้าว
chī zǎocān 吃早餐 รับประทานอาหารเช้า
chī wǔfàn 吃午飯 รับประทานอาหารเที่ยง
chī wǎncān 吃晚餐 รับประทานอาหารเย็น
chī zìzhùcān 吃自助餐 ทานบุฟเฟ่ต์
cìjīxìng de 刺激性的 รสจัด

D

dā diàntī 搭電梯 ขึ้น – ลงลิฟท์
dǎ pēntì 打噴嚏 จาม
dā shǒufútī 搭手扶梯 ขึ้น-ลง บันไดเลื่อน
dàtīng 大廳 ห้องโถง
dàxuéshēng 大學生 นักศึกษา
dà yìdiǎn 大一點 ใหญ่หน่อย
dǎ yùfángzhēn 打預防針 ฉีดวัคซีน
dǎzhé 打折 ส่วนลด
dàizi 袋子 ถุง
dānshēn 單身 โสด
Dànshuǐzhàn 淡水站 สถานีตั้นสุ่ย
dǎoyóu 導遊 ไกด์
dāozi 刀子 มีด
Déguórén 德國人 คนเยอรมัน
dìdi 弟弟 น้องชาย
dìxiàdào 地下道 ทางเดินใต้ดิน
diànyǐng 電影 ภาพยนตร์
diànyuán 店員 พนักงานร้านค้า
diàoyú 釣魚 ตกปลา
dì-yī ge 第一個 คนที่หนึ่ง/อันที่หนึ่ง
dì-èr ge 第二個 คนที่สอง/อันที่สอง
dì-sān ge 第三個 คนที่สาม/อันที่สาม
dì-sì ge 第四個 คนที่สี่/อันที่สี่
dì-wǔ ge 第五個 คนที่ห้า/อันที่ห้า
dōngbiān 東邊 ด้านตะวันออก
Dōngjīng 東京 โตเกียว
dòngwùyuán 動物園 สวนสัตว์

Dòngwùyuánzhàn 動物園站 สถานีสวนสัตว์ไทเป
dùzi 肚子 ท้อง
Duānwǔjié 端午節 เทศกาลบะจ่าง
duìbùqǐ 對不起 ขอโทษ
duìmiàn 對面 ตรงข้าม

E

égānjiàng 鵝肝醬 ซอสตับห่าน
ěrduo 耳朵 หู
èrshí 二十 ยี่สิบ
Ertóngjié 兒童節 วันเด็กแห่งชาติ
èr 二 สอง
èr yuè 二月 เดือนกุมภาพันธ์

F

fǎguān 法官 ผู้พิพากษา
Fǎguórén 法國人 คนฝรั่งเศส
fāpiào 發票 ใบเสร็จรับเงิน
fāshāo 發燒 เป็นไข้
Fǎshì 法式 แบบฝรั่งเศส
fàn hòu 飯後 หลังอาหาร
fángjiān 房間 ห้อง
fēijīchǎng 飛機場 สนามบิน
Fēilǜbīnrén 菲律賓人 คนฟิลิปปินส์
fùchǎnkē 婦產科 แผนกสูตินารีเวช
fùjiànkē 復健科 แผนกกายภาพบำบัดและฟื้นฟู
Fùnǚjié 婦女節 วันสตรี
Fùqīnjié 父親節 วันพ่อ

G

gāoxìng 高興 ดีใจ
Gāoxióng 高雄 เกาสง
gāozhōngshēng 高中生 นักเรียนมัธยมปลาย
gébì 隔壁 ถัดไป
gēge 哥哥 พี่ชาย
gōngchǎng 工廠 โรงงาน
gōngchē sījī 公車司機 คนขับรถโดยสารประจำทาง
gōngchē 公車 รถโดยสารประจำทาง
Gōngchēzhàn 公車站 ป้ายรถโดยสารประจำทาง
gōngchéngshī 工程師 วิศวกร
gōngjīn 公斤 กิโลกรัม
gōngsī 公司 บริษัท
gōngyuán 公園 สวนสาธารณะ
gōngzuò 工作 งาน/ทำงาน
gūgu / āyí 姑姑 / 阿姨 อาหญิง/น้าสาว
gǔkē 骨科 แผนกกระดูก
Gǔtíngzhàn 古亭站 สถานีกู่ถิง
guàhào 掛號 ลงทะเบียน
guàhàoxìn 掛號信 จดหมายลงทะเบียน
guǎngbōyuán 廣播員 ผู้ประกาศ
guì 貴 แพง
guódìng jiàrì 國定假日 วันหยุดแห่งชาติ
guójì màoyì 國際貿易 การค้าระหว่างประเทศ
guòmǐn 過敏 แพ้ (ภูมิแพ้)
guǒzhī 果汁 น้ำผลไม้
guózhōngshēng 國中生 นักเรียนมัธยมต้น

H

hǎixiānjúfàn 海鮮焗飯 ข้าวอบทะเล
hànbǎo 漢堡 แฮมเบอร์เกอร์
Hánguórén 韓國人 คนเกาหลี
hánshì bànfàn 韓式拌飯 ข้าวผัดซอสเกาหลี
hánshì 韓式 แบบเกาหลี
hángkōng yóujiàn 航空郵件 จดหมายทางอากาศ
hǎo xiāngchǔ de 好相處的 มนุษย์สัมพันธ์ดี
hǎo 好 ดี
hē kāfēi 喝咖啡 ดื่มกาแฟ
Hépíngxīlù 和平西路 ถนนเหอผิงตะวันตก
hěn hǎo 很好 ดีมาก
hóngchá 紅茶 ชาดำเย็น
hónglǜdēng 紅綠燈 ไฟเขียวไฟแดง
hóulóngtòng 喉嚨痛 เจ็บคอ
hòumiàn 後面 ด้านหลัง
hòutiān 後天 วันมะรืนนี้
hújiāo 胡椒 พริกไทย
hùshì 護士 นางพยาบาล
hùzhào 護照 หนังสือเดินทาง
huàjiā 畫家 จิตรกร
Huālián 花蓮 ฮวาเหลียน
huásuàn 划算 คุ้มค่า

huàxué 化學 เคมี
huíjiā 回家 กลับบ้าน
huìyì 會議 ประชุม
huízhuǎn 迴轉 หมุนกลับ
huǒchē 火車 รถไฟ
huǒchēzhàn 火車站 สถานีรถไฟ
huópō de 活潑的 ร่าเริง

J

jìchéngchē 計程車 รถแท็กซี่
jìchéngchē zhāohūzhàn 計程車招呼站 ป้ายเรียกรถแท็กซี่
jījí de 積極的 กระตือรือร้น
jīxiè gōngchéng 機械工程 วิศวกรรมเครื่องยนต์
jìzhě 記者 นักข่าว
jiābān 加班 ทำงานล่วงเวลา
jiákè 夾克 เสื้อแจ็คเก็ต
Jiānádàrén 加拿大人 คนแคนาดา
jiārén 家人 คนในครอบครัว
jiātíngyīxuékē 家庭醫學科 แผนกให้คำปรึกษาครอบครัว
jiātíng zhǔfù 家庭主婦 แม่บ้าน
jiā 家 บ้าน
jiàqí 假期 วันหยุดพักร้อน
jiānbǎng 肩膀 บ่า
jiànkāng jiǎnchá 健康檢查 ตรวจสุขภาพ
jiànkāng zhōngxīn 健康中心 ศูนย์สุขภาพ
jiànxíng 健行 เดินป่า
Jiàoshījié 教師節 วันครู
jiàoshì 教室 ครู, อาจารย์
jiāo táng bù dīng 焦糖布丁 พุดดิ้งคาราเมล
jiǎo 腳 เท้า
jiéhūn le 結婚了 แต่งงานแล้ว
jiějie 姊姊 พี่สาว
jiémù 節目 รายการ
jiéyùn 捷運 รถไฟฟ้าใต้ดิน
jiéyùnzhàn 捷運站 สถานีรถไฟฟ้าใต้ดิน
jīntiān 今天 วันนี้
jǐngchájú 警察局 สถานีตำรวจ
jǐngwèi 警衛 พนักงานรักษาความปลอดภัย
jiǔ 九 เก้า
jiǔ yuè 九月 เดือนกันยายน
jiǔ zhé 九折 ลดสิบเปอร์เซนต์
júbóbǐng 焗薄餅 แม็กซิกันพิซซ่า
jǔsàng 沮喪 เศร้าซึม

K

kǎbùqínuò 卡布奇諾 คาปูชิโน่
kāfēi 咖啡 กาแฟ
kāfēidiàn 咖啡店 ร้านกาแฟ
kāihuì 開會 ประชุม
kāixīn 開心 เบิกบานใจ
kàn diànyǐng 看電影 ดูภาพยนตร์
kělè 可樂 โค้ก
késòu 咳嗽 ไอ
kè 克 กรัม
Kěndīng 墾丁 เมืองเคิ่นติง
kōngfù 空腹 ท้องว่าง
kǒuyìyuán 口譯員 ล่ามพูด
kùzi 褲子 กางเกง
kǔ 苦 ขม
kuàidì 快遞 ด่วน
kuàilè 快樂 มีความสุข
kuàizi 筷子 ตะเกียบ

L

lādùzi 拉肚子 ท้องเสีย
là 辣 เผ็ด
lǎoshī 老師 คุณครู, อาจารย์
lěng 冷 หนาว
lǐfǎshī 理髮師 ช่างทำผม
líhūn le 離婚了 หย่า
Lǐ 李 หลี่(แซ่คน)
liǎngbǎi 兩百 สองร้อย
liǎng diǎn 兩點 สองโมง
liǎng ge 兩個 สองคน, สองอัน
liǎngqiān 兩千 สองพัน
liǎngwàn 兩萬 สองหมื่น

Lín 林 หลิน(แซ่คน)
língchén liǎng diǎn 凌晨兩點 ตีสอง
lǐngyào 領藥 รับยา
liúbíshuǐ 流鼻水 น้ำมูกไหล
liù 六 หก
liù yuè 六月 เดือนมิถุนายน
lǜchá 綠茶 ชาเขียว
lùkǒu 路口 สี่แยก
lǜshī 律師 ทนายความ
Lúndūn 倫敦 ลอนดอน

M

māma 媽媽 คุณแม่
mángguǒ nǎiluò 芒果奶酪 คัสตาร์ดมะม่วง
Měiguórén 美國人 คนอเมริกัน
mèimei 妹妹 น้องสาว
měi sān xiǎoshí 每三小時 ทุกสามชั่วโมง
měishì qiántǐngbǎo 美式潛艇堡 แซนวิช
mìmǎ 密碼 รหัส
mìshū 秘書 เลขานุการ
miànbāo 麵包 ขนมปัง
míngtiān 明天 พรุ่งนี้
míngxìnpiàn 明信片 โปสการ์ด
mótèér 模特兒 นางแบบ
Mòxīgērén 墨西哥人 คนแม็กซิโก
Mǔqīnjié 母親節 วันแม่

N

nàge 那個 อันนั้น
nátiě 拿鐵 ลาเต้
nà wèi xiānshēng 那位先生 คุณผู้ชายท่านนั้น
nà wèi xiānshēng de 那位先生的 ของคุณผู้ชายท่านนั้น
nǎichá 奶茶 ชานม
nǎinai / wàipó 奶奶/外婆 คุณย่า/คุณยาย
nǎiyóu nánguā dùnfàn 奶油南瓜燉飯 ข้าวครีมซอสฟักทองอบเนย
nǎiyóu pàofú 奶油泡芙 ชูครีม
Nánbiān 南邊 ด้านใต้
nánguò 難過 เสียใจ
nányǎnyuán 男演員 นักแสดงชาย
nèiróng 內容 เนื้อหา
nǐ de 你的 ของเธอ
nǐmen de 你們的 ของพวกเธอ, ของพวกคุณ
nǐmen 你們 พวกเธอ, พวกคุณ
nǐ 你 เธอ, คุณ
nín de 您的 ของท่าน
nín 您 ท่าน
niúpái 牛排 สเต็คเนื้อ
niúròumiàn 牛肉麵 บะหมี่เนื้อ
niǔshāng 扭傷 เคล็ดขัดยอก
Niǔyuē 紐約 นิวยอร์ก
Nónglì Chūnjié 農曆春節 วันตรุษจีน
nǚyǎnyuán 女演員 นักแสดงหญิง

P

páshān 爬山 ปีนเขา
páigǔfàn 排骨飯 ข้าวหน้าซี่โครงหมู
pàochá 泡茶 ชงชา
pèishuǐ 配水 ทานกับน้ำ
Pífūkē 皮膚科 แผนกผิวหนัง
píjiǔ 啤酒 เบียร์
piányí 便宜 ถูก(ราคา)
píngguǒ 蘋果 แอปเปิ้ล
ping xìn 平信 จดหมายแบบธรรมดา
pútáojiǔ 葡萄酒 ไวน์

Q

qǐchuáng 起床 ตื่นนอน
qìshuǐ 汽水 น้ำอัดลม
qī 七 เจ็ด
qī yuè 七月 เดือนกรกฎาคม
qīzǐ 妻子 ภรรยา
qiánmiàn 前面 ด้านหน้า
qiántiān 前天 เมื่อวานซืน
qiǎokèlì dàngāo 巧克力蛋糕 ช็อคโกแลตเค้ก
Qīngmíngjié 清明節 วันเชงเม้ง
qǐng 請 เชิญ, โปรด, กรุณา

qǐngwèn 請問 ขอถามหน่อย
qù bǎihuògōngsī 去百貨公司 ไปห้างสรรพสินค้า
qù guàngjiē 去逛街 ไปช้อปปิ้ง
qù páshān 去爬山 ไปปีนเขา
qúnzi 裙子 กระโปรง

R

règǒu 熱狗 ฮอทดอก
Rénàilù 仁愛路 ถนนเยรินอ้าย
Rìběnrén 日本人 คนญี่ปุ่น
rìshì 日式 สไตล์ญี่ปุ่น

S

sānbǎi 三百 สามร้อย
sān diǎn shíwǔ fēn 三點十五分 สามโมงสิบห้านาที
sān diǎn wǔ fēn 三點五分 สามโมงห้านาที
sān ge 三個 สามอัน, สามคน
sānmíngzhì 三明治 แซนวิช
sānqiān 三千 สามพัน
sānshísì 三十四 สามสิบสี่
sānshí 三十 สามสิบ
sān xiǎoshí hòu 三小時後 หลังจากนี้สามชั่วโมง
sān yuè 三月 เดือนมีนาคม
sān 三 สาม
shālā 沙拉 สลัด
shǎn huángdēng chù 閃黃燈處 ไฟกระพริบสีเหลือง
shàngbānzú 上班族 กลุ่มคนทำงาน
shàngbān 上班 ทำงาน
shàngbān/gōngzuò 上班 / 工作 ทำงาน
shàngkè 上課 เข้าเรียน
shàng lóu 上樓 ขึ้นตึก, ขึ้นชั้นบน
shàngwǔ jiǔ diǎn 上午九點 jam Sembilan เก้าโมงเช้า
shāngxīn 傷心 เสียใจ
shàng xīngqírì 上星期日 วันอาทิตย์ที่แล้ว
shàng xīngqíwǔ 上星期五 วันศุกร์ที่แล้ว
shāngyè 商業 ธุรกิจ
shèjìshī 設計師 นักออกแบบ
shēnfènzhèng 身分證 บัตรประชาชน
Shèngdànjié 聖誕節 วันคริสต์มาส
shēngqì 生氣 โกรธ
shēngyúpiàn 生魚片 ปลาดิบ
shíbā 十八 สิบแปด
shí diǎn 十點 สิบโมง
shíèr diǎn sānshí fēn/shíèr diǎn bàn 十二點三十分/十二點半 สิบสองโมงสามสิบนาที/สิบสองโมงครึ่ง
shíèr 十二 สิบสอง
shíèr yuè 十二月 เดือนธันวาคม
shí fēnzhōng hòu 十分鐘後 หลังจากนี้สิบนาที
shísān 十三 สิบสาม
shísì 十四 สิบสี่
shíyī 十一 สิบเอ็ด
shíyī yuè 十一月 เดือนพฤศจิกายน
shí 十 สิบ
shí yuè 十月 เดือนตุลาคม
shízìlùkǒu 十字路口 สี่แยก
shǒubì 手臂 แขน
shōujiàndān 收件單 ใบรับของ
shōujiànzhě 收件者 ผู้รับของ
shōujù 收據 ใบเสร็จรับเงิน
shōuyínyuán 收銀員 พนักงานเก็บเงิน
shǒu 手 มือ
shǒuzhǐ 手指 นิ้วมือ
shūfú 舒服 สบาย
shúshu / bóbo 叔叔/伯伯 อาผู้ชาย/คุณลุง
shuāngshíjié 雙十節 วันชาติไต้หวัน
shuǐguǒtǎ 水果塔 ทาร์ตผลไม้
shuǐjiǎo 水餃 เกี๊ยวต้ม
shuìjiào 睡覺 นอนหลับ
shuìqián 睡前 ก่อนนอน
shuǐ 水 น้ำ
sì 四 สี่
sì ge 四個 สี่อัน, สี่คน
sì yuè 四月 เดือนเมษายน

sùjiāodài 塑膠袋 ถุงพลาสติก
sūzhá huāzhīquān 酥炸花枝圈 ปลาหมึกวงแหวนทอด
suān de 酸的 รสเปรี้ยว
suān 酸 เปรี้ยว

T

tā de 他的 ของเขา (ผู้ชาย)
tā de 她的 ของเขา (ผู้หญิง)
tāmen de 他們的 ของพวกเขา
tāmen 他們 พวกเขา
tā 他 เขา (ผู้ชาย)
tā 她 เขา (ผู้หญิง)
Táiběichēzhàn 臺北車站 สถานีไทเปเมน
Táiběi shìzhèngfǔ 臺北市政府 สถานีศาลาว่าการเมืองไทเป
Táiběi 臺北 ไทเป
Tàiguórén 泰國人 คนไทย
Thailand tàishì 泰式 สไตล์ไทย
Táiwānrén 臺灣人 คนไต้หวัน
Tái zhōng 臺中 ไถจง
tànwàng bìngrén 探望病人 เยี่ยมคนป่วย
tāngchí 湯匙 ช้อน
tàng 燙 ร้อน
tàng de 燙的 ของร้อน
tèbié yōuhuì 特別優惠 ลดราคาพิเศษ
tèdà hào 特大號 ไซส์ใหญ่พิเศษ
tèjià 特價 ลดราคา
tílāmǐsū 提拉米蘇 ทีรามิสุ
tīxù T恤 เสื้อยืด
tiānqiáo 天橋 สะพานลอย
tián 甜 หวาน
tóu 頭 หัว
tuīxiāoyuán 推銷員 พนักงานขายของ
tuǐ 腿 ขา
túnbù 臀部 สะโพก

W

wàigōng 外公 คุณตา
wàixiàng de 外向的 บุคลิกภายนอก
wǎnshàng qī diǎn 晚上七點 หนึ่งทุ่ม
wànshì-rúyì 萬事如意 คิดสิ่งใดสมปราถนา
wǎn' ān 晚安 ราตรีสวัสดิ์
Wáng 王 หวัง (แซ่คน)
wèihūn 未婚 โสด
wēishìjì 威士忌 วิสกี้
wèicēngtāng 味噌湯 ซุปมิโสะ
wén huà zhōng xīn 文化中心 ศูนย์วัฒนธรรม
wǒ de 我的 ของฉัน
wǒmen de 我們的 ของพวกเรา
wǒmen 我們 พวกเรา
wǒ 我 ฉัน
wǔān 午安 สวัสดีตอนบ่าย
wǔ ge 五個 ห้าอัน, ห้าคน
wǔshí 五十 ห้าสิบ
wǔ yuè 五月 เดือนพฤษภาคม
wǔ zhé 五折 ลดห้าสิบเปอร์เซ็นต์
wǔ 五 ห้า

X

Xībānyárén 西班牙人 คนสเปน
xībiān 西邊 ด้านตะวันตก
xīgài 膝蓋 หัวเข่า
xīguǎn 吸管 หลอด
Xīménzhàn 西門站 สถานีซีเหมิน
xīshì 西式 แบบยุโรป
xiàbān 下班 เลิกงาน
xiàkè 下課 เลิกเรียน
xià lóu 下樓 ลงตึก
xiàwǔ jiàn 下午見 พบกันตอนบ่าย
xiàwǔ sān diǎn 下午三點 บ่ายสามโมง
xià xīngqièr 下星期二 วันอังคารหน้า
Xià xīngqíliù 下星期六 วันเสาร์หน้า
xián de 鹹的 รสเค็ม
xiānshēng 先生 สามี
xiànshí zhuānsòng 限時專送 จดหมายแบบกำหนดเวลา
xián 鹹 เค็ม
xiāngbīn 香檳 แชมเปญ
xiāngcǎo bīngqílín 香草冰淇淋 ไอศกรีมวานิลา

xiàngkǒu 巷口 ปากซอย
Xiǎoérkē 小兒科 แผนกกุมารเวชกรรม
xiāofángyuán 消防員 พนักงานดับเพลิง
xiǎoxuéshēng 小學生 นักเรียนประถมศึกษา
xiǎo yìdiǎn 小一點 เล็กหน่อย
xièxie 謝謝 ขอบคุณ
xiézi 鞋子 รองเท้า
xìnfēng 信封 ซองจดหมาย
Xīnjiāpōrén 新加坡人 คนสิงคโปร์
Xīnnián 新年 ปีใหม่
xīnwén zhǔbò 新聞主播 ผู้ประกาศข่าว
xìnyòngkǎ 信用卡 บัตรเครดิต
xìnzhǐ 信紙 กระดาษเขียนจดหมาย
Xīnzhú 新竹 เมืองซินจู่
xīngfèn 興奮 ตื่นเต้น
xīngqíyī 星期一 วันจันทร์
xīngqíèr 星期二 วันอังคาร
xīngqísān 星期三 วันพุธ
xīngqísì 星期四 วันพฤหัสบดี
xīngqíwǔ 星期五 วันศุกร์
xīngqíliù 星期六 วันเสาร์
xīngqírì 星期日 วันอาทิตย์
xīngqíyī jiàn 星期一見 พบกันวันจันทร์
xiōngkǒu 胸口 หน้าอก
xiūjià 休假 พักร้อน
xuéshēng 學生 นักเรียน
xuéxiào 學校 โรงเรียน

Y

yáchǐ 牙齒 ฟัน
Yákē 牙科 แผนกทันตกรรม
yáyī 牙醫 ทันตแพทย์
yǎnjīng 眼睛 ตา
yánjiùshēng 研究生 นักศึกษาปริญญาโท
Yǎnkē 眼科 แผนกจักษุ
yán 鹽 เกลือ
yángcōngzhuān 洋蔥磚 อหัวหอมทอด
yángzhuāng 洋裝 ชุดเสื้อนอก
Yáng 楊 หยาง (แซ่คน)
yāobù 腰部 ช่วงเอว
Yēdànjié 耶誕節 วันคริสต์มาส
yéye 爺爺 คุณปู่
yìbǎi 一百 หนึ่งร้อย
yìbānwàikē 一般外科 แผนกอายุรกรรม
Yìdàlìmiàn 義大利麵 สปาเก็ตตี้
Yìdàlìrén 義大利人 คนอิตาลี
yì diǎn 一點 หนึ่งโมง
yǐhòu zài liáo 以後再聊 ไว้ค่อยคุยกันใหม่
yìqiān 一千 หนึ่งพัน
Yìshì 義式 แบบอิตาเลี่ยน
yì tiānyícì 一天一次 วันละครั้ง
yíwàn 一萬 หนึ่งหมื่น
yīyào 醫藥 ยา
yīyuàn 醫院 โรงพยาบาล
yī 一 หนึ่ง
yī yuè 一月 เดือนมกราคม
Yìndùrén 印度人 คนอินเดีย
yínháng 銀行 ธนาคาร
yǐnliào 飲料 เครื่องดื่ม
yīnyuèjiā 音樂家 นักดนตรี
yìnzhāng 印章 ตราประทับ
Yīngguórén 英國人 คนอังกฤษ
yīngtáopài 櫻桃派 พายเชอรี่
yóujú 郵局 ที่ทำการไปรษณีย์
yǒukòng 有空 ว่าง
yóupiào 郵票 สแตมป์
yòu zhuǎn 右轉 เลี้ยวขวา
yúkuài 愉快 มีความสุข
yūqīng 瘀青 แผลฟกช้ำ
yuánjǐng 員警 ตำรวจ
Yuánxiāojié 元宵節 เทศกาลหยวนเซียว

Z

Zàijiàn 再見 ลาก่อน, แล้วพบกันใหม่
Zǎo a 早啊 อรุณสวัสดิ์
Zǎoān 早安 อรุณสวัสดิ์
zǎoshàng bā diǎn 早上八點 แปดโมงเช้า
zhá jīliǔbàng 炸雞柳棒 ไก่ทอดไม่มีกระดูก

zhàngdān 帳單 เก็บเงิน
zhànghào 帳號 ชื่อผู้ใช้งาน
zhège 這個 อันนี้
zhékòu 折扣 ส่วนลด
zhè wèi xuéshēng de 這位學生的 ของนักเรียนคนนี้
zhè wèi xuéshēng 這位學生 นักเรียนคนนี้
zhěnsuǒ 診所 คลีนิก
zhēntàn 偵探 นักสืบ, ติดตาม
zhèngjiàn 證件 เอกสารหลักฐาน
zhíyèjūnrén 職業軍人 ข้าราชการทหาร
zhìzuòrén 製作人 ผู้ผลิตรายการ
zhōngdiǎnzhàn 終點站 สถานีปลายทาง
Zhōngguórén 中國人 คนจีน
zhōng hào 中號 ไซส์เอ็ม
zhǒngqǐlái 腫起來 บวมขึ้นมา
Zhōngqiūjié 中秋節 เทศกาลไหว้พระจันทร์
zhōngshì 中式 แบบจีน
Zhōngxiàodōnglù 忠孝東路 ถนนจงเสี้ยวตะวันออก
Zhōngyuánjié 中元節 วันสาร์ทจีน
zhùlǐ 助理 ผู้ช่วย
zhùyá 蛀牙 ฟันผุ
zhǔzhǐ 主旨 หัวข้อ, หัวเรื่อง
zhuǎnjiǎo 轉角 หัวมุม
zǒnghuì bèiguǒ 總匯貝果 เบเกิล แซนวิช
zǒnghuì sānmíngzhì 總匯三明治 rคลับแซนวิช
zǒu lóutī 走樓梯 เดินขึ้น/ลงบันได
zuótiān 昨天 เมื่อวานนี้
zuǒ zhuǎn 左轉 เลี้ยวซ้าย

คำศัพท์

附錄一

คำศัพท์ที่ใช้บ่อย

常用名詞

11

Chángyòng míngcí

อาหาร

食物

Shíwù

ขนมปัง 麵包 miànbāo	ขนมเค้ก 蛋糕 dàngāo	ลูกอม 糖果 tángguǒ	ช็อคโกแลต 巧克力 qiǎokèlì
คุ้กกี้ 餅乾 bǐnggān	เกี๊ยวต้ม 水餃 shuǐjiǎo	ไข่ 蛋 dàn	แฮมเบอร์เกอร์ 漢堡 hànbǎo
ฮอทดอก 熱狗 règǒu	ก๋วยเตี๋ยว 麵 miàn	สปาเก็ตตี้ 義大利麵 yìdàlìmiàn	พาย 派 pài
พิซซ่า 披薩 pīsà	เนื้อหมู 豬肉 zhūròu	ข้าว 飯 fàn	สลัด 沙拉 shālā
แซนวิช 三明治 sānmíngzhì	ซับมารีน แซนวิช 潛艇堡 qiántǐngbǎo	ซูชิ 壽司 shòusī	เต้าหู้ 豆腐 dòufǔ

ผลไม้

水果

Shuǐguǒ

แอปเปิ้ล 蘋果 píngguǒ	กล้วยหอม 香蕉 xiāngjiāo	บลูเบอรี่ 藍莓 lánméi	เชอรี่ 櫻桃 yīngtáo
ส้มโอ 葡萄柚 pútáoyòu	องุ่น 葡萄 pútáo	น้อยหน่า 番石榴 fānshíliú	มะนาว 檸檬 níngméng

มะม่วง	เมล่อน	ส้มซันควิท	มะละกอ
芒果	香瓜	柳橙	木瓜
mángguǒ	xiāngguā	liǔchéng	mùguā

ลูกพีช	ลูกแพร์	สับปะรด	ลูกพลัม
桃子	西洋梨	鳳梨	梅子
táozi	xīyánglí	fènglí	méizi

ส้ม	มะเฟือง	สตรอเบอรี่	แตงโม
橘子	楊桃	草莓	西瓜
júzi	yángtáo	cǎoméi	xīguā

โรงเรียน

學校
Xuéxiào

เครื่องปรับอากาศ	กระดานดำ	แปรงลบกระดาน	ถังน้ำ
冷氣機	黑板	板擦	水桶
lěngqìjī	hēibǎn	bǎncā	shuǐtǒng

บอร์ดประกาศ	ชอล์ก	ห้องเรียน	คอมพิวเตอร์
公布欄	粉筆	教室	電腦
gōngbùlán	fěnbǐ	jiàoshì	diànnǎo

โต๊ะเรียน	ประตูทางออก	พัดลม	ถังดับเพลิง
書桌	逃生門	電扇	滅火器
shūzhuō	táoshēngmén	diànshàn	mièhuǒqì

โรงยิม	ห้องสมุด	หลอดไฟ	โทรศัพท์สาธารณะ
體育館	圖書館	日光燈	公用電話
tǐyùguǎn	túshūguǎn	rìguāngdēng	gōngyòngdiànhuà

ที่จอดรถ	ห้องน้ำ	ป้อมยาม	ตู้เก็บรองเท้า
停車場	廁所	警衛室	鞋櫃
tíngchēchǎng	cèsuǒ	jǐngwèishì	xiéguì

สนามกีฬา	สวิตซ์เปิด-ปิด	ถังขยะ	กระดานไวท์บอร์ด
操場	開關	垃圾桶	白板
cāochǎng	kāiguān	lèsètǒng	báibǎn

การคมนาคม

交通工具

Jiāotōng gōngjù

เครื่องบิน	รถจักรยาน	รถจักรยาน	เรือ
飛機	自行車	腳踏車	小 船
fēijī	zìxíngchē	jiǎotàchē	xiǎochuán

รถโดยสารประจำทาง	รถยนต์	เรือเฟอร์รี่	เครื่องบินเจ็ท
公共 汽車	汽車	渡輪	噴 射機
gōnggòngqìchē	qìchē	dùlún	pēnshèjī

รถมอเตอร์ไซด์	รถไฟฟ้าใต้ดิน	เรือโดยสาร	เรือ
摩托車	捷運	客輪	船
mótuōchē	jiéyùn	kèlún	chuán

รถแท็กซี่	รถไฟ	รถบรรทุก	รถบรรทุกสินค้า
計程 車	火車	卡車	貨車
jìchéngchē	huǒchē	kǎchē	huòchē

เครื่องเขียน

文具

Wénjù

คัทเตอร์	ใบมีด	ที่คั่นหนังสือ	ปากกาลบคำผิด
美 工 刀	刀片	書 籤	修 正 液
měigōngdāo	dāopiàn	shūqiān	xiūzhèngyì

เทปลบคำผิด	ซองจดหมาย	ยางลบ	แฟ้มใส่เอกสาร
立可帶	信 封	橡 皮擦	檔案夾
lì kě dài	xìnfēng	xiàngpícā	dǎngànjiá

กาวน้ำ	กาวแท่ง	น้ำหมึก	แม่เหล็กติดกระดาษ
膠 水	口 紅 膠	墨 水	磁鐵
jiāoshuǐ	kǒuhóngjiāo	mòshuǐ	cítiě

ปากกาไวท์บอร์ด	กระดาษโน้ต	สมุดโน้ต	โพสต์อิทโน้ต
奇異筆	備忘錄	筆記本	便 箋
qíyìbǐ	bèiwànglù	bǐ jìběn	biànjiān

กระดาษเขียนจดหมาย	คลิปหนีบกระดาษ	เครื่องตัดกระดาษ	ปากกาหมึกซึม
信 紙	迴 紋針	裁 紙 刀	鋼 筆
xìnzhǐ	huíwénzhēn	cáizhǐdāo	gāngbǐ

ดินสอ 鉛筆 qiānbǐ	กระเป๋าดินสอ 筆袋 bǐdài	กล่องดินสอ 鉛筆盒 qiānbǐhé	เครื่องเหลาดินสอ 削鉛筆機 xiāoqiānbǐjī
หมุดติดกระดาษ 大頭針 dàtóuzhēn	หนังยาง 橡皮筋 xiàngpíjīn	ไม้บรรทัด 尺 chǐ	กรรไกร 剪刀 jiǎndāo
ลูกแม็กเย็บกระดาษ 訂書針 dìngshūzhēn	แม็กเย็บกระดาษ 訂書機 dìngshūjī	สติ๊กเกอร์ 貼紙 tiēzhǐ	เทปกาว 膠帶 jiāodài

บ้าน

家

Jiā

ห้องใต้ดิน 地下室 dìxiàshì	ห้องน้ำ 浴室 yùshì	ห้องนอน 臥室 wòshì	ไม้แขวนเสื้อ 衣架 yījià
ห้องอาหาร 餐廳 cāntīng	ปลั๊กต่อ 延長線 yánchángxiàn	โรงจอดรถ 車庫 chēkù	ห้องครัว 廚房 chúfáng
ห้องซักผ้า 洗衣間 xǐyījiān	ห้องรับแขก 客廳 kètīng	หมอน 枕頭 zhěntou	ผ้าห่ม 棉被 miánbèi
ห้องอาบน้ำ 淋浴間 línyùjiān	รองเท้าแตะ 拖鞋 tuōxié	ห้องหนังสือ 書房 shūfáng	ห้องเก็บของ 儲藏室 chúcángshì

เฟอร์นิเจอร์

家具

Jiājù

เตียง 床 chuáng	ชั้นวางหนังสือ 書架 shūjià	พรม 地毯 dìtǎn	เก้าอี้ 椅子 yǐzi

ตู้เสื้อผ้า
衣櫥
yīchú

เครื่องฟอกอากาศ
除濕機
chúshījī

ตู้เย็น
冰箱
bīngxiāng

ไฟ
燈
dēng

ตู้เก็บเหล้า
酒櫃
jiǔguì

ตู้รองเท้า
鞋櫃
xiéguì

อ่างล้างมือ
水槽
shuǐcáo

โซฟา
沙發
shāfā

เก้าอี้
凳子
dèngzi

โต๊ะ
桌子
zhuōzi

ตะเกียงตั้งโต๊ะ
檯燈
táidēng

โทรทัศน์
電視
diànshì

สถานที่

場所
Chǎngsuǒ

สนามบิน
機場
jīchǎng

ธนาคาร
銀行
yínháng

ป้ายรถเมล์
公車站牌
gōngchēzhànpái

คลีนิก
診所
zhěnsuǒ

ร้านกาแฟ
咖啡廳
kāfēitīng

ร้านสะดวกซื้อ
便利商店
biànlì shāngdiàn

ห้างสรรพสินค้า
百貨公司
bǎihuògōngsī

ลิฟท์
電梯
diàntī

ร้านอาหารจานด่วน
速食店
sùshídiàn

ท่าเรือ
港口
gǎngkǒu

ล็อบบี้
大廳
dàtīng

ร้านยา
藥局
yàojú

สถานีตำรวจ
警察局
jǐngchájú

ที่ทำการไปรษณีย์
郵局
yóujú

สถานีรถไฟ
火車站
huǒchēzhàn

ห้องน้ำ
盥洗室
guànxǐshì

ซุปเปอร์มาร์เก็ต
大賣場
dàmàichǎng

ทางเดินเท้า
人行道
rénxíngdào

ตึกสูง
摩天大樓
mótiāndàlóu

ซุปเปอร์มาร์เก็ต
超級市場
chāojíshìchǎng

สัตว์

動物

Dòngwù

ค้างคาว 蝙蝠 biānfú	หมี 熊 xióng	ผีเสื้อ 蜜蜂 mìfēng	นก 鳥 niǎo
พ่อวัว 公牛 gōngniú	แมว 貓 māo	ลูกไก่ 小雞 xiǎojī	แม่วัว 母牛 mǔniú
กวาง 鹿 lù	สุนัข 狗 gǒu	เป็ด 鴨 yā	นกอินทรีย์ 老鷹 lǎoyīng
ช้าง 大象 dàxiàng	ปลา 魚 yú	สุนัขจิ้งจอก 狐狸 húlí	ยีราฟ 長頸鹿 chángjǐnglù
ห่าน 鵝 é	ม้า 馬 mǎ	หมีโคล่า 無尾熊 wúwěixióng	เสือดาว 豹 bào
สิงโต 獅子 shīzi	ลิง 猴 hóu	หนู 鼠 shǔ	นกกระจอกเทศ 鴕鳥 tuóniǎo
หมีแพนด้า 熊貓 xióngmāo	นกเพนกวิน 企鵝 qìé	หมู 豬 zhū	หมีโพล่า 北極熊 běijíxióng
แร็คคูน 浣熊 wǎnxióng	กระต่าย 兔子 tù zi	พ่อไก่ 公雞 gōngjī	แพะ, แกะ 羊 yáng
งู 蛇 shé	เสือ 老虎 lǎohǔ	หมาป่า 狼 láng	ม้าลาย 斑馬 bānmǎ

คำเรียกบุคคล

人稱

Rénchēng

ผู้ใหญ่ 成人 chéngrén	อาหญิง/น้าสาว 姑姑/阿姨 gūgu/āyí	เด็กทารก 嬰兒 yīngér	เด็กผู้ชาย 男孩 nánhái
เด็ก 小孩 xiǎohái	ลูกพี่ลูกน้อง 表/堂兄弟姊妹 biǎo/ táng xiōngdì jiěmèi	พี่สาว 姊姊 jiějie	คุณพ่อ 爸爸 bàba
เด็กผู้หญิง 女孩 nǚhái	คุณปู่/คุณตา 爺爺 / 外公 yéye / wàigōng	คุณย่า/คุณยาย 奶奶 / 外婆 nǎinai / wàipó	ผู้ชาย 男人 nánrén
คุณแม่ 媽媽 māma	พี่ชาย 哥哥 gēge	คนแก่ 老人 lǎorén	วัยรุ่น 青少年 qīngshàonián
คุณลุง/คุณอาผู้ชาย 叔叔 /伯伯 shúshu / bóbo	ผู้หญิง 女人 nǚrén	น้องชาย 弟弟 dìdi	น้องสาว 妹妹 mèimei

附錄二

คำคุณศัพท์ที่ใช้บ่อย

常用形容詞

12 Chángyòng xíngróngcí

รูปร่างลักษณะ 形狀 Xíngzhuàng

ใหญ่ 大 dà	กว้าง 寬 kuān	กลม 圓 yuán	น้อย 少 shǎo
เรียบ 平 píng	ยาว 長 cháng	มาก 多 duō	สั้น 短 duǎn
เล็ก 小 xiǎo	เหลี่ยม 方 fāng	หนา 厚 hòu	บาง 薄 bó

สี 顏色 Yánsè

สีดำ 黑色 hēisè	สีครีม 米色 mǐsè	สีฟ้า 藍色 lánsè	สีน้ำตาล 褐色 hésè
สีน้ำเงินเขียว 青色 qīngsè	สีเข้ม 深色 shēnsè	สีเทา 灰色 huīsè	สีทอง 金色 jīnsè
สีเขียว 綠色 lǜsè	สีอ่อน 淺色 qiǎnsè	สีส้ม 橘色 júsè	สีชมพู 粉紅色 fěnhóngsè
สีม่วง 紫色 zǐsè	สีแดง 紅色 hóngsè	สีเงิน 銀色 yínsè	สีขาว 白色 báisè

ภาคผนวก สอง คำคุณศัพท์ที่ใช้บ่อย

สีเหลือง
黃色
huángsè

ภาพลักษณ์ภายนอก 外觀 Wàiguān

สวย	สะอาด	น่ารัก	สกปรก
美麗	乾淨	可愛	髒
měilì	gānjìng	kěài	zāng
อ้วน	หล่อ	แก่	สวย
胖	英俊	年老	漂亮
pàng	yīngjùn	niánlǎo	piàoliàng
เตี้ย	อาย	แข็งแรง	สดใส
矮	害羞	強壯	陽光
ǎi	hàixiū	qiángzhuàng	yángguāng
อ่อนหวาน	สูง	ผอม	น่าเกลียด
甜美	高	瘦	醜
tiánměi	gāo	shòu	chǒu
อ่อนแอ	อ่อนเยาว์		
虛弱	年輕		
xūruò	niánqīng		

อารมณ์ 情緒 Qíngxù

โกรธ	น่าเบื่อ	สบายใจ	มีความสุข
生氣	無聊	優閒	愉快
shēngqì	wúliáo	yōuxián	yúkuài
หดหู่	เศร้าซึม (ท้อใจ)	ผิดหวัง	หมดกำลังใจ
消沉	沮喪	失望	灰心
xiāochén	jǔsàng	shīwàng	huīxīn

090

อึดอัด,เก้อเขิน 尷尬 gāngà	ตื่นเต้นดีใจ 興奮 xīngfèn	โกรธแค้น 狂怒 kuángnù	ดีใจ 高興 gāoxìng
โศกเศร้า 悲痛 bēitòng	มีความสุข 快樂 kuàilè	สนใจ 感興趣 gǎn xìngqù	เบิกบานใจ 喜悅 xǐyuè
เหงา 寂寞 jímò	ตรอมใจ 憂鬱 yōuyù	ผ่อนคลาย 輕鬆 qīngsōng	เศร้าสลด 悲哀 bēiāi
กลัว 害怕 hàipà	ประหลาดใจ 驚訝 jīngyà	เหนื่อย 累 lèi	เป็นห่วง 擔心 dānxīn

ความรู้สึก
感覺
Gǎnjué

หนาวเหน็บ 寒冷 hánlěng	หนาว 冷 lěng	สบาย 舒服 shūfú	แห้ง 乾燥 gānzào
หนาว 熱 rè	เสียงดัง 吵鬧 chǎonào	เงียบ 安靜 ānjìng	ไม่สบาย 不舒服 bù shūfú
อบอุ่น 溫暖 wēnnuǎn	เปียก 濕 shī		

สภาพ
狀態
Zhuàngtài

ปิด 關 guān	ซับซ้อน 複雜 fùzá	ว่างเปล่า 空 kōng	เร็ว 快速 kuàisù

เต็ม	แข็ง	เปิด	ง่าย
滿	硬	開	簡單
mǎn	yìng	kāi	jiǎndān
ช้า	อ่อน		
緩慢	軟		
huǎnmàn	ruǎn		

ทิศทาง

方位

Fāngwèi

ตรงข้าม	ด้านหลัง	ด้านตะวันออก	ด้านหน้า
對面	後方	東邊	前方
duìmiàn	hòufāng	dōngbiān	qiánfāng
ซ้าย	ละแวกใกล้ๆ	ถัดไป	ด้านเหนือ
左	附近	隔壁	北邊
zuǒ	fùjìn	gébì	běibiān
ด้านตะวันออกเฉียงเหนือ	ด้านตะวันตกเฉียงเหนือ	ด้านบน	ขวา
東北邊	西北邊	上方	右
dōngběibiān	xīběibiān	shàngfāng	yòu
ด้านใต้	ด้านตะวันออกเฉียงใต้	ด้านตะวันตกเฉียงใต้	ด้านล่าง
南邊	東南邊	西南邊	下方
nánbiān	dōngnánbiān	xī’nánbiān	xiàfāng
ด้านตะวันตก			
西邊			
xībiān			

附錄三

คำกริยาที่ใช้บ่อย

常用動詞

13

Chángyòng dòngcí

กริยาแสดงอาการ
狀態動詞
Zhuàngtài dòngcí

โกรธ 生氣 shēngqì	ซาบซึ้ง 感激 gǎnjī	ตื่นตัว 覺醒 juéxǐng	ขม 哭 kū
ปรารถนา 渴望 kěwàng	ไม่ชอบ 不喜歡 bù xǐhuān	ความรู้สึก 感覺 gǎnjué	ลืม 忘記 wàngjì
เบิกบานใจ 開心 kāixīn	เกลียด 恨 hèn	หวังว่า 希望 xīwàng	มีความสุข 快樂 kuàilè
รู้ 知道 zhīdào	หัวเราะ 笑 xiào	ชอบ 喜歡 xǐhuān	รังเกียจ 討厭 tǎoyàn
รัก 愛 ài	คิดถึง 想念 xiǎngniàn	เสียดาย 遺憾 yíhàn	ซาบซึ้งใจ 感動 gǎndòng
เสียใจ 悲傷 bēishāng	แปลกใจ 驚奇 jīngqí	สงสารเห็นใจ 同情 tóngqíng	ซึมเศร้า 沮喪 jǔsàng

กริยาการกระทำ
動作動詞
Dòngzuò dòngcí

ถาม 問 wèn	อาบน้ำ 洗澡 xǐzǎo	ซื้อ 買 mǎi	เรียก 叫 jiào

ปิดประตู	ทำความสะอาด	ไอ	ค้นพบ
關 門	清 理	咳嗽	發現
guānmén	qīnglǐ	késòu	fāxiàn

ซักเสื้อผ้า	ดื่มน้ำ	ขับรถ	กิน
洗衣服	喝 水	開 車	吃
xǐ yīfú	hēshuǐ	kāichē	chī

สำเร็จ	กินข้าว	ฟังเพลง	อาศัยอยู่
完 成	吃飯	聽音樂	住
wánchéng	chīfàn	tīng yīnyuè	zhù

ดู	เปิดประตู	แสดง	เก็บ
看	開 門	表 演	撿
kàn	kāimén	biǎoyǎn	jiǎn

เล่น	ดึง	ผลัก	วาง
玩	拉	推	放
wán	lā	tuī	fàng

อ่านหนังสือ	ได้รับ	วิ่ง	พูด
讀 書	收 到	跑	說
dúshū	shōudào	pǎo	shuō

มองเห็น	ขาย	ร้องเพลง	นอนหลับ
看 見	販 賣	唱 歌	睡 覺
kànjiàn	fànmài	chànggē	shuìjiào

จาม	ปิดไฟ	เปิดไฟ	ดูโทรทัศน์
打 噴嚏	關 燈	開 燈	看 電 視
dǎ pēntì	guāndēng	kāidēng	kàn diànshì

ซัก,ล้าง	ล้างหน้า/ล้างมือ	เขียนหนังสือ	
洗	洗臉 / 洗手	寫字	
xǐ	xǐliǎn / xǐshǒu	xiězì	

การกระทำของสัตว์
動物的動作
Dòngwù de dòngzuò

เห่าหอน	กัด	ไก่ขัน	บิน
吠	咬	雞鳴	飛
fèi	yǎo	jīmíng	fēi

กระโดด	ฟักไข่	ขู่,คำราม	กระดิกหาง
跳	下蛋	吼	搖尾巴
tiào	xiàdàn	hǒu	yáo wěibā

大自然的現象
Dàzìrán de xiànxiàng

ลมพัด	เมฆครึ้มอึมครึม	ฝนตกโปรยๆ	เกิดหมอก
刮風	多雲密布	下毛毛雨	起霧
guāfēng	duōyún mìbù	xià máomáoyǔ	qǐ wù

ลูกเห็บตก	ลมพัดแรง	ฟ้าแลบ	ฝนตก
下冰雹	刮颶風	閃電	下雨
xià bīngbáo	guā jùfēng	shǎndiàn	xiàyǔ

ฝนตกเป็นระยะ	หิมะตก	ฟ้าร้อง	พายุเข้า
下陣雨	下雪	打雷	刮颱風
xià zhènyǔ	xiàxuě	dǎléi	guā táifēng

กริยาแสดงความต้องการ
表意願的動詞
Biǎo yìyuàn de dòngcí

สามารถ	สามารถ	ทำ	คุ้มค่า
能	能夠	敢	值得
néng	nénggòu	gǎn	zhídé

เอา	ไม่เอา	จำเป็นต้อง	ต้องการ
要	不要	必須	需要
yào	búyào	bìxū	xūyào

สมควร	ควร	อยากจะ	หวังว่า
應當	應該	想要	願
yīngdāng	yīnggāi	xiǎngyào	yuàn

附錄三　常用動詞

Note

Note

Note

國家圖書館出版品預行編目資料

300句說華語／楊琇惠著；夏淑賢譯. -- 初版. -- 臺北市 : 五南, 2017.09
面； 公分.
泰語版
ISBN 978-957-11-9266-6（平裝）
1.漢語 2.讀本
802.86 106011095

1XBG 新住民系例

300句說華語（泰語版）

編　　著— 楊琇惠
譯　　者— 夏淑賢
發 行 人— 楊榮川
總 經 理— 楊士清
副總編輯— 黃惠娟
責任編輯— 蔡佳伶、紀錦嬑
封面設計— 姚孝慈
出 版 者— 五南圖書出版股份有限公司
地　　址：106台北市大安區和平東路二段339號4樓
電　　話：(02)2705-5066　　傳　　真：(02)2706-6100
網　　址：http://www.wunan.com.tw
電子郵件：wunan@wunan.com.tw
劃撥帳號：01068953
戶　　名：五南圖書出版股份有限公司
法律顧問　林勝安律師事務所　林勝安律師
出版日期　2017年9月初版一刷
定　　價　新臺幣220元